NHỮNG THỰC HÀNH
TRỌNG YẾU

NHỮNG THỰC HÀNH TRỌNG YẾU
THANH LIÊN Việt dịch
NGUYỄN MINH TIẾN hiệu đính

THANH LIÊN *Việt dịch*
NGUYỄN MINH TIẾN *hiệu đính*

NHỮNG THỰC HÀNH TRỌNG YẾU

Tuyển tập Bài giảng và Thực hành của các vị Lạt-ma Tây Tạng

NHÀ XUẤT BẢN LIÊN PHẬT HỘI
UNITED BUDDHIST PUBLISHER - UBP

CUỘC ĐỜI ĐỨC PHẬT VÀ SỰ THỰC HÀNH PHÁP CỦA CHÚNG TA

Dzongsar Khyentse Rinpoche

Nhờ căn cứ vào cuộc đời của Đức Phật, chúng ta có thể hiểu được những khía cạnh nền tảng của sự thiền định và cách hành xử như một hành giả Pháp. Mặc dù nhiều người chỉ nhìn cuộc đời Đức Phật như một câu chuyện lịch sử, và điều đó có thể khơi dậy đôi chút hứng khởi, nhưng họ không thấy được những gì sâu xa hơn thế nữa.

Tuy nhiên, cuộc đời của Đức Phật có thể xem là một điển hình chung cho mỗi người cũng như tất cả chúng ta. Nếu ta phân tích tiểu sử của Ngài và suy ngẫm về nó, ta có thể thấy được trong đó bao gồm những giáo lý và mẫu mực để chúng ta noi theo như thế nào.

Đức Phật sinh ra là một thái tử của Ấn Độ cổ xưa. Vào lúc đó, xã hội Ấn Độ có bốn giai cấp chính. Dĩ nhiên giai cấp cao nhất là giai cấp Bà-la-môn (các tăng lữ). Giai cấp thứ hai là giai cấp của vua chúa cầm quyền và các chiến sĩ, Đức Phật thuộc giai cấp thứ hai này.

Cuộc đời Ngài là một mẫu mực cho chúng ta, nó gửi tới các hành giả một thông điệp rất quan trọng. Đức Phật được sinh ra như một người thật bình thường và đã sống theo cách bình thường như thế. Ngài không là một vị trời hay một bậc siêu nhiên tương tự. Thay vào đó, Ngài là một con người bình thường mà nhờ sự thực hành đã trở nên một hiện thể đặc biệt. Trước hết, Ngài từng sống như một người không giác ngộ, điều này rất quan trọng.

Ngay lúc này đây, chúng ta cũng là những người đàn ông,

những phụ nữ bình thường. Nếu Đức Phật chỉ là một hiện thể đặc biệt, là bậc sinh ra vốn đã sẵn được "giác ngộ," thì câu chuyện đời Ngài sẽ không có gì đặc biệt! Chuyện đời Ngài hẳn sẽ không có chút ý nghĩa gì, bởi những chúng sinh bình thường như ta sẽ mãi mãi bị dính cứng trong vị trí của chúng sinh tầm thường; ta sẽ chẳng bao giờ đạt được giác ngộ.

Vì thế, Đức Phật đã xuất hiện trong thế gian, được sinh ra là Siddharta Guatama (Tất-đạt-đa Cồ-đàm). Ngài đã sống với chủ đích làm một gương mẫu cho chúng ta noi theo.

Tất-đạt-đa không chỉ xuất hiện như một con người, ngài cũng hành xử như một thái tử bình thường. Ngài ăn, ngủ, nhận một nền giáo dục và lập gia đình. Vào thời đại ấy ở Ấn Độ, một thái tử có thể có hàng ngàn người phối ngẫu.

Lối sống vương giả của Thái tử Tất-đạt-đa đầy ắp những lạc thú thế gian. Có những thớt voi và những trò chơi. Những vũ nữ và rượu luôn sẵn sàng phục vụ. Hoàng gia rất giàu có, vì thế mọi thứ đều hết sức lộng lẫy, xa hoa. Thậm chí những bông hoa cũng được thay mới từng giờ, đến nỗi Thái tử chẳng bao giờ nhìn thấy những bông hoa khô héo và tàn tạ. Thế giới mà Thái tử Tất-đạt-đa được biết luôn rất đáng yêu, huy hoàng và tuyệt đẹp.

Tuy thế, một ngày kia thái tử Tất-đạt-đa bàng hoàng khi thấy được mọi việc khác biệt như thế nào với những gì ngài đã biết. Ngài đã chẳng bao giờ biết rằng một bông hoa rồi sẽ héo úa. Làm thế nào một bông hoa rực rỡ và sinh động có thể trở nên nhăn nhúm và rời rã thành từng mảnh? Một sự thật như thế làm ngài choáng váng. Khi ấy Thái tử bắt đầu tự hỏi có bao nhiêu điều ngài chưa biết tới và thế giới bên ngoài cung điện của ngài ra sao?

Đức Vua Tịnh Phạn, phụ vương của Tất-đạt-đa, trở nên lo lắng. Tất-đạt-đa mong muốn được du hành ở bên ngoài cung điện, nơi mà trước đó ngài chưa bao giờ bước chân tới. Khi ngài còn là một em bé, một nhà tiên tri đã cho cha mẹ của Thái tử biết rằng Tất-đạt-đa hoặc sẽ trở thành một Chuyển luân Thánh vương hoặc nếu xuất gia, ngài sẽ thành một bậc Đại Thánh. Dĩ nhiên là phụ vương của ngài mong muốn Tất-đạt-đa trở thành một Chuyển Luân Thánh Vương. Giống như nhiều người khác, phụ thân của ngài bị thúc đẩy như thế là bởi sự tham muốn tiền của và thế lực.

Cuối cùng, Đức Vua cho phép Tất-đạt-đa viếng thăm bên ngoài hoàng cung. Triều đình ra lệnh cho mọi người dân phải quét sạch đường xá, làm đẹp thành phố và che giấu mọi cảnh tượng xấu xí. Mọi người đều tuân theo chỉ thị của Đức Vua.

Thái tử Tất-đạt-đa rời hoàng cung và lần đầu tiên bắt đầu nhìn thấy một vài sự việc. Mặc dù mọi người đã nỗ lực che giấu những cảnh tượng xấu xí, nhưng một người già đã xuất hiện. Khi nhìn thấy ông già này, Tất-đạt-đa hết sức kinh ngạc. Lần đầu tiên ngài gặp một người đầu rụng tóc, già nua và xấu xí.

Thật tuyệt vọng, Tất-đạt-đa khẩn khoản gạn hỏi người đánh xe của ngài là Xa-nặc. Ngài muốn biết tại sao người đàn ông này có bộ dạng như thế? Cuối cùng Xa-nặc giải thích rằng đó gọi là tuổi già, và mọi người sau khi được sinh ra, sống qua một thời gian nhất định rồi đều sẽ già đi như thế.

Một lần nữa, Tất-đạt-đa bị choáng váng. Ngài hỏi: "Nếu họ sống quá lâu thì sao?" Xa-nặc buộc phải giải thích là mọi người đều sẽ chết. Tất-đạt-đa cảm thấy đau khổ và trở về hoàng cung, suy nghĩ về những gì đã nhìn thấy.

Sau vài ngày Thái tử và Xa-nặc lại đi ra ngoài. Lần này Thái tử nhìn thấy một tử thi, nhợt nhạt và lạnh ngắt như một hòn đá. Ngài không thể tưởng tượng được rằng chỉ vừa mới đây thôi cái xác còn là một người sống, đi lại trên mặt đất. Ngài hỏi Xa-nặc có phải điều này xảy ra cho tất cả mọi người hay không. Và Tất-đạt-đa vẫn không cảm thấy hài lòng với câu trả lời. Ngài tiếp tục hỏi: "Có phải điều này sẽ xảy đến ngay cả với ta, một thái tử?" Xa-nặc phải giải thích rằng tất cả mọi người, Đức Vua, Hoàng hậu, các quan thượng thư, ngay cả người có địa vị cao tột nhất cũng đều sẽ phải đối diện với cái chết. Cùng cách thức như thế, nhờ rời khỏi hoàng cung mà Tất-đạt-đa cũng khám phá rằng sự sinh và bệnh cũng hiện hữu.

Sau khi nhìn thấy *sinh, lão, bệnh, tử*, Tất-đạt-đa suy nghĩ thật sâu xa. Ngài thấy việc trở thành một vị vua chẳng có chút ích lợi nào. "Một ngày kia ta sẽ làm vua, để rồi ngày hôm sau ta sẽ giống như một hòn đá lạnh lẽo, bị thiêu đốt thành tro bụi. Việc bám chặt vào địa vị của ta chẳng có ý nghĩa gì."

Tất-đạt-đa nhận ra rằng ngài phải tìm ra một con đường để thoát khỏi sinh, lão, bệnh, tử.

Thái tử cảm thấy rằng, làm một vị vua ngài có thể bố thí tiền của cho người nghèo, cung cấp nhà ở cho mọi người và cho người bệnh thuốc men. Nhưng ngài vẫn không phải là vị vua tốt lành nếu ngài không thể giải thoát thần dân của ngài khỏi nỗi khổ *sinh, lão, bệnh, tử*.

Vì thế Tất-đạt-đa trốn khỏi hoàng cung, quyết tâm tìm ra một phương pháp chấm dứt mọi nỗi khổ của thế gian. Sau khi thực hiện điều đó, sau nhiều năm thực hành và tìm kiếm, ngài thành Phật, hoàn toàn sáng tỏ sự thật về thế giới.

Đức Phật tượng trưng cho mỗi người trong chúng ta ở đây. Chúng ta có thể không có một lâu đài to lớn, nhưng chúng ta có "cung điện" của riêng ta, tâm thức được rào kín của riêng ta với những ý niệm và bản ngã. Ta có thể không có những con ngựa và những thớt voi, nhưng ta có xe đạp và xe hơi. Ta có "vương quốc" của riêng ta, "hoàng hậu" của riêng ta và mọi thứ khác...

Hầu hết chúng ta không bao giờ dám bước ra ngoài "cung điện" của mình. Chúng ta cố gắng phủ nhận bệnh tật và cái chết. Ngay cả xã hội cũng làm thế. Nếu tôi yêu cầu tất cả những người ở đây viết di chúc, họ có thể đồng ý với lời yêu cầu. Nhưng nếu tôi yêu cầu những cậu bé làm điều đó thì mọi người sẽ khó chịu và cho rằng điều này không thể chấp nhận được. Có quá nhiều mê lầm ở đây, phải chăng người lớn luôn luôn chết trước người trẻ? Sự thật là, một đứa trẻ mười một tuổi có thể qua đời trước một ông già chín mươi!

Chúng ta tiến gần tới cái chết trong từng giây phút, trong từng hơi thở. Khi ta già, những vết nhăn càng nhiều hơn nữa. Nhưng ta vẫn phủ nhận cái chết một cách mê muội. Vì thế, nếu bạn là người làm theo lời Phật dạy, bạn không cần phải lúc nào cũng đi chùa hay tụng niệm các thần chú - điều bạn phải làm ngay là ra khỏi "cung điện" của bạn. Hãy vượt thoát khỏi nó, tất nhiên là một cách ẩn dụ.

Hãy thừa nhận rằng cái chết là thật có, đừng phủ nhận nó. Một ngày kia, ngay cả tôi (Khyentse Rinpoche) cũng chỉ còn là "lịch sử," chỉ còn lại vài tấm hình và những cuộn băng ghi âm. Gia đình có thể đưa tên bạn lên một bàn thờ và tỏ lòng thành kính, nhưng bạn có thể là một con chim ở đâu đó và không biết rằng cái chết thậm chí vẫn đang tiếp diễn.

Cốt tủy của Phật giáo là thấu hiểu cuộc đời. Bạn nên thấu hiểu ý nghĩa đích thực của nó. Chúng ta thường gật đầu và miệng thì đồng ý rằng cuộc đời thật vô thường. Nhưng ta vẫn cho rằng cái chết xảy ra cho người khác chứ không xảy ra với ta!

Đôi khi mọi người được nghe những Phật tử nói về cuộc sống và cái chết. Họ có thể cho rằng chúng ta luôn mang lại tin xấu. Nhưng đó không phải là tin xấu hay sự bi quan, đó là sự thật. Chúng ta không thể phủ nhận sự thật, chúng ta phải suy ngẫm về nó. Nếu không, chúng ta sẽ bị choáng váng và thất vọng. Sau này ta sẽ còn đau khổ nhiều hơn nữa nếu bây giờ ta bác bỏ điều đó.

Cuộc sống thật quý báu! Nếu muốn trường thọ, bạn có thể uống nhân sâm. Nhưng chúng ta vẫn sẽ chết. Vì thế giờ đây ta phải vui hưởng cuộc đời và sống cuộc đời đó một cách đúng đắn. Nếu bạn có một giờ để sống thì bạn hãy dùng thực phẩm ngon lành và uống nhân sâm của bạn. Ngay bây giờ, ta nên biết thưởng thức cuộc đời, bởi nó thật vô thường.

Tất cả những gì ta làm trong cuộc đời đều đáng để ăn mừng, dù đó là việc trở về nhà một cách an toàn hay ăn xong không chết vì mắc nghẹn. Chúng ta nên trân trọng cuộc đời trong từng giây phút và đừng lãng phí nó, bởi lẽ cuộc sống của ta thật vô thường.

Như vậy, ta sẽ làm gì một khi thoát khỏi "cung điện" của ta? Ta hãy ngồi thẳng lưng, hít thở và thiền định.

Việc hát tụng có thể gây hứng khởi và tạo ra lòng sùng mộ trong khi thiền định. Điều này cũng giống như khi một người muốn nói yêu ai, anh ta có thể cầm đàn ghi-ta và hát. Việc ấy làm cho tâm trạng thêm phần lãng mạn và tạo thêm cảm xúc. Cũng thế, việc hát tụng làm cho bầu không khí thiền định trở nên trọn vẹn hơn và có thể mang lại lợi lạc cho sự thực hành của ta.

Ta cần có được trí tuệ nhờ những người khác. Ta cần một vị thầy thấu suốt chân lý và có thể giúp ta thoát khỏi đau khổ. Cũng giống như một bà mẹ có trí tuệ ngăn cản không cho đứa con nhỏ của mình chạm vào sắt nóng. Một đứa trẻ ngoan sẽ nghe lời mẹ nó, nhưng nếu đứa trẻ không ngoan, nó có thể rờ vào sắt nóng và bị phỏng. Đức Phật biết rằng sự sân hận thiêu đốt chúng ta, sự đam mê thiêu đốt chúng ta, sự vô minh thiêu đốt chúng ta. Chúng ta giống như những đứa bé cần được ban cho trí tuệ của Đức Phật để không bị thiêu đốt bởi những phiền não này. Một số người trong chúng ta bướng bỉnh không nghe và nhất thiết phải nỗ lực cải thiện điều này.

Việc chứng ngộ bản tánh của tâm là điều không thể giải thích bằng ngôn từ mà chỉ có thể được thành tựu nhờ thiền định. Chúng ta nên phát triển lòng từ bi và tránh giận dữ. Chính vì muốn tạo ra niềm vui lớn lao mà mọi người phải làm việc cực nhọc, cụ thể là để tạo dựng nên Trung tâm Pháp này. Điều đó không phải vì nó là Trung tâm Pháp của tôi, mà chính là vì giáo lý của Đức Phật hết sức quý báu và sâu xa. Thậm chí nếu chỉ có một lời dạy của Ngài lọt vào tai người nào đó thì điều đó thật ích lợi; cũng tương tự như thể người đó thoáng nhìn thấy một tượng Phật.

Những hoàn cảnh này là nền tảng cho việc thực hành Pháp. Chúng để lại một dấu ấn và mối liên hệ với cá nhân. Việc bố thí Pháp cho mọi người có rất nhiều công đức.

Việc tích tập công đức không nhất thiết có nghĩa là bạn phải cúng dường một ngọn đèn bơ hay tặng một món quà hào phóng cho người nghèo. Công đức tuyệt hảo nhất là tặng cho bản thân bạn và những người khác cơ hội lắng nghe và thực hành Pháp.

Bất hạnh thay, rất ít người bố thí tặng phẩm Giáo Pháp này; tặng phẩm này là suối nguồn duy nhất của sự Giác ngộ, nó nhổ bật gốc rễ mọi sự trong luân hồi.

Hiện nay, tôi không hề mong đợi rằng những người sáng lập một trung tâm Pháp là những Bồ Tát thập địa viên mãn. Tôi chỉ mong đợi có được mười hay hai mươi người cùng đến với nhau. Có thể có một phần nào không toàn hảo và thiếu hòa hợp. Tuy nhiên, không ai được chán nản. Chúng ta tới đây để trở nên toàn thiện, vì thế đừng hy vọng là đã toàn thiện rồi. Cũng đừng dính mắc vào những cảm xúc giận dữ, ganh tị và những cảm xúc khác; đừng bối rối nếu những người khác chỉ trích hay nói không tốt về điều gì đó.

Điều này cũng giống như một cô gái đẹp đi xuống phố với một người bạn trai xấu xí, những người đàn ông khác ganh tị rằng một người đẹp như cô ta lại đi với một người xấu xí như thế. Đây là cách tâm thức con người xét đoán người khác, nhưng chúng ta không nên rơi vào khuôn mẫu đó.

Ta phải làm những gì cần thiết để tạo không gian cho mọi người có thể học tập Pháp. Ngay cả những loài phi-nhân, những tinh linh, rồng v.v... cũng nhận được lợi lạc từ điều này. Vì thế, hãy hoan hỷ! Chúng ta có thể dùng một ít nhân sâm.

Pháp thoại được giảng
tại Kuantan, Malaysia năm 2000.

Nguyên tác: **"The Buddha's Life
and Our Dharma Practice"**

của **His Eminence Dzongsar Khyentse Rinpoche**

Ghi chú về tác giả:

H. E. Dzongsar Jamyang Khyentse Rinpoche sinh năm 1961. Năm lên bảy tuổi ngài được công nhận là Hóa Thân của Jamyang Khyentse Wangpo (1820-1892), một nhà cải cách tôn giáo và một vị thánh vĩ đại đóng vai trò then chốt trong việc đem lại nguồn sinh lực mới và trong việc bảo tồn Phật Giáo Tây Tạng vào thế kỷ 19.

BỐN NỀN TẢNG NHỮNG TƯ TƯỞNG XOAY CHUYỂN TÂM HƯỚNG VỀ PHÁP

Karma Khenchen Rinpoche

Khi chúng ta bắt đầu thực hành con đường của Đức Phật, điều rất cần thiết là phải xoay chuyển tâm ta hướng về Pháp. Điều này được hoàn thành bằng cách nương tựa vào Bốn Tư tưởng là những nền tảng chung cho việc thực hành của ta. Tất cả những Đạo sư và Thành tựu giả trước đây đã từng suy niệm Bốn Tư tưởng này. Những chuẩn bị sơ bộ chuyển hóa tâm hướng về Pháp này còn sâu xa hơn cả thực hành chính yếu.

Bốn tư tưởng đó là:

1. Tái sinh làm người quý báu,
2. Sự vô thường và cái chết,
3. Nghiệp, nhân và quả,
4. Những tai hại của sinh tử.

TÁI SINH LÀM NGƯỜI QUÝ BÁU

Tư tưởng đầu tiên là suy niệm rằng chúng ta có một tái sinh làm người quý báu. Tái sinh làm người của ta khó có được và cực kỳ hy hữu. Sự tái sinh làm người quý báu này có tám tự do đối với tám trạng thái hiện hữu bất lợi. Sự tự do đối với những trạng thái hiện hữu bất lợi này cho phép ta có thể thực hành một cách đúng đắn mà không gặp trở ngại to lớn nào.

Tám trạng thái bất lợi của sự hiện hữu là:

1. Những chúng sinh địa ngục, bị hành hạ rất nhiều bởi nóng và lạnh, họ thậm chí không thể có thời gian để suy nghĩ về việc thực hành Pháp.

2. Những ngạ quỷ đau khổ ghê gớm vì đói khát, đến nỗi không thể bắt đầu việc thực hành Pháp.

3. Những súc sinh bị vô minh ngăn che tới nỗi không thể hiểu được ngôn ngữ phức tạp và không thể phân tích. Do đó, rõ ràng là những súc sinh không thể chuyển tâm hướng về Pháp nếu chúng không thể suy luận.

4. Những người man dã và những cá nhân sinh trong những xứ sở ở đó Pháp không được giảng dạy hay ở nơi sự vô-đạo đức chiếm ưu thế. Điều này khiến họ không thể có bất kỳ tiếp xúc nào với Pháp; họ không thể làm cho đời sống của họ thấm nhuần Giáo Pháp.

5. Những vị Trời trường thọ bị dính mắc rất nhiều vào sự hỷ lạc khiến họ không muốn thực hành Pháp; tâm họ bị xao lãng rất nhiều bởi lạc thú và sự hưởng thụ.

6. Những người (có những quan điểm và định kiến sai lầm) thóa mạ và không ưa thích đức hạnh, vì thế họ không mong muốn thực hành Pháp.

7. Những người sinh ra trong thời kỳ không có Phật pháp; vào lúc đó không có Phật xuất thế và Giáo pháp của chư Phật trước đó thì không còn tồn tại. Điều này khiến họ không thể thực hành Pháp vì không có khuôn mẫu nào để noi theo.

8. Những người sinh ra với những khả năng không đầy đủ và những khiếm khuyết khác, không thể thông hiểu Pháp một cách đúng đắn.

Mười Phú bẩm (Thuận lợi):

Đây cũng là một phần trong sự hiện hữu làm người quý báu của ta, bao gồm:

Năm Phú bẩm bên trong là:

1. Được sinh ra làm người,

2. Sống trong một xứ sở ở đó Pháp đã được truyền bá và đức hạnh được tôn trọng,

3. Có đầy đủ những khả năng vật lý như nghe, nhìn và suy nghĩ khiến ta có thể thấu hiểu Pháp,

4. Không có nghiệp hết sức tiêu cực gây ra những chướng ngại cho ta trong việc tiếp xúc với Pháp và với một vị dẫn dắt tâm linh,

5. Có sự xác tín nơi Pháp và tin tưởng ở một vị dẫn dắt tâm linh.

Cùng với *Năm Phú bẩm bên ngoài* như sau:

6. Có một vị Phật đã từng xuất hiện trong thế giới này như một khuôn mẫu. Trong những thời kỳ được gọi là ám kiếp (những kiếp tối tăm), không hề có Đức Phật xuất hiện như một khuôn mẫu,

7. Đức Phật đã không trụ trong tịch lặng mà lên tiếng thuyết giảng Pháp vì sự lợi lạc của mọi người,

8. Giáo pháp của Ngài tồn tại và vẫn chưa diệt mất,

9. Việc thực hành của ta được khuyến khích và hỗ trợ bởi những hành giả khác là những Pháp hữu có niềm tin và nhiệt tâm,

10. Có những người bảo trợ hộ trì Giáo Pháp và những hành giả tiến bước thành công trên đường đạo pháp, khiến cho Phật Pháp được duy trì và phát triển không suy thoái.

Bởi hiện hữu làm người của ta rất có giá trị với những khả năng và những sự phú bẩm (thuận lợi) lớn lao nên ta có thể thành tựu bất kỳ điều gì ta ước muốn. Với sự dũng cảm và tinh tấn, chúng ta nên thực hành Pháp, vì việc đạt đến Phật quả trong một đời người là hoàn toàn có thể được.

Ba loại nguyện ước:

Có ba loại nguyện ước khác nhau có thể phát triển đối với những hành giả Pháp: Đó là:

1. Loại nguyện ước thấp nhất; ta thực hành đức hạnh trong khi nỗ lực để đạt được hạnh phúc nhất thời và kết quả của nó là được tái sinh làm một vị trời hay con người.

2. Loại nguyện ước trung bình; ta ước nguyện đạt được trạng thái hạnh phúc lâu dài chỉ vì sự lợi lạc của bản thân như một vị Phật Độc Giác.

3. Loại nguyện ước vĩ đại; ta ước muốn hạnh phúc và giải thoát cho tất cả chúng sinh không loại trừ ai, kết quả hướng đến là Phật Quả viên mãn.

Sự quý báu của thân người

Việc được tái sinh làm người là do những thiện hạnh của ta trong những đời trước; đó là lý do tại sao sự sinh ra làm người là rất hy hữu và đặc biệt. Ta có thể hiểu thêm về điều này bằng cách dùng ví dụ để so sánh sáu cõi. Chúng sinh choán chỗ khắp không gian, ngay cả không gian nhỏ như một lỗ kim. Số lượng súc sinh trên trái đất giống như số hạt men bia trong một thùng bia, số ngạ quỷ như lượng bông tuyết trong một trận bão tuyết, và số vi trần tạo nên trái đất tương đương với số lượng chúng sinh đau khổ trong địa ngục. Tuy nhiên, số lượng chúng sinh ở cõi trời và người thì chỉ như số hạt bụi bám vào mặt ngoài của một hạt đậu.

Tương tự như thế, sự hy hữu được tái sinh làm người được biểu thị rõ ràng hơn qua câu chuyện của một con rùa lang thang không mục đích trong một đại dương. Những cơ hội của con rùa này hầu như không chắc thật và không thể xảy ra bởi nó chỉ trồi lên mặt nước một lần trong một trăm năm, cố chui đầu vào một khúc cây có lỗ bộng trôi nổi trên mặt đại dương. Đức Phật nói rằng, một tái sinh làm người quý báu thì thậm chí còn hy hữu hơn chuyện con rùa nổi lên mặt nước và chui được vào bộng cây.

Đức Longchen Rabjampa giảng rằng, nếu việc thực hành Pháp của ta bị trộn lẫn với tham, sân và si thì đó không phải là Pháp đúng đắn và chân thực. Đó là lý do tại sao ta không thể phí phạm cơ hội làm người quý báu này và nên chân thành thực hành những thiện hạnh. Ta phải hoàn thiện trạng thái nội tâm cũng như hình tướng đức hạnh bên ngoài của ta. Nếu không, ta sẽ là những kẻ đạo đức giả, thực hành sai lầm Giáo Pháp.

Số lần chúng ta tái sinh còn nhiều hơn số giọt nước trong đại dương, và trước đây có thể ta đã từng là người. Nhưng dù thế, ta đã không đủ chân thành khi thực hành Pháp. Trong cuộc đời đặc biệt này, chúng ta đang kinh nghiệm những kết quả của thiện nghiệp trong quá khứ. Cơ hội hy hữu này có thể không dễ dàng xảy ra một lần nữa.

Tái sinh làm người là một hỗ trợ cho phép ta thoát khỏi nỗi khổ và dẫn dắt người khác vượt qua đại dương đau khổ. Việc phí phạm cuộc đời quý báu này cũng giống như từ một hòn đảo châu báu trở về với đôi bàn tay không.

Sự vô thường và cái chết

Mặc dù thân người của ta mang lại sự hỗ trợ quý báu đầy năng lực và rất mạnh mẽ, nhưng nó thật vô thường, giả tạm và quá ngắn ngủi. Sự biến đổi là một phần tất yếu của mọi hiện tượng; nó là bản chất và nền tảng của các hiện tượng. Bốn Sự Kết thúc tóm tắt bản chất nhất thời này của các hiện tượng qua việc khẳng định rằng: kết thúc của sinh ra là chết đi, kết thúc của tụ hội là phân ly, kết thúc của tạo tác là hủy diệt và kết thúc của tích tập là mất mát. Nhờ thiền định về chân lý của sự vô thường và cái chết, ta sẽ mong muốn thực hành đức hạnh trong đời này.

Sự suy niệm về lẽ vô thường có thể được phân chia thành hai phần. Sự quán chiếu về sự vô thường của *hoàn cảnh bên ngoài* và về sự vô thường trong tâm của chúng sinh. Hoàn cảnh bên ngoài có sự vô thường thô thiển và vi tế, và trong tâm chúng sinh bao gồm sự vô thường của bản thân ta và của những người khác.

Vô thường thô thiển của hoàn cảnh bên ngoài chỉ có nghĩa là mọi sự vật đều phải hoại diệt. Hết thảy những sự vật nào có vẻ như rất kiên cố, ngay cả những thung lũng và núi non, cũng đều không tồn tại mãi mãi, bởi vào lúc chấm dứt của một kiếp thì toàn bộ vũ trụ sẽ hoại diệt. Ngay cả các đại [là những yếu tố vật lý tạo thành sự vật] cũng sẵn có bản chất hoại diệt, như lửa thiêu đốt, nước cuốn trôi và gió thổi dạt đi...

Vô thường vi tế của hoàn cảnh bên ngoài gắn liền với tính chất tương đối của thời gian. Các sự vật không giữ nguyên tình trạng trong từng giây phút. Chẳng hạn như các mùa thay đổi trong từng năm, các sự vật biến đổi mỗi tháng, mỗi ngày, mỗi chốc lát... Nếu ta ném một chiếc giày xuống một dòng sông đang trôi chảy thì nó sẽ trôi mãi đến tận cuối dòng; nó ngừng lại ở xa tới nỗi thậm chí ta không thể nhìn thấy. Tuy nhiên, ta vẫn xem dòng sông này như thể là một cái gì ổn định và chắc chắn, trong khi thực ra thì nó liên tục thay đổi. Cuộc đời của chúng ta cũng thế.

Chúng ta nghĩ rằng ta đang sống trong một thế giới với sự tiếp nối không bao giờ thay đổi, nhưng thực ra thì thế giới này biến đổi trong từng giây phút. Trong mối quan hệ của ta với những người khác, luôn có một sự thay đổi trong việc quy gán cho những người ấy là bằng hữu hay kẻ thù. Người ta không sinh ra sẵn có những sự gán ghép này, cũng không sở hữu chúng tự bẩm sinh; chính những cảm xúc của ta đã làm thay đổi những gán ghép này trong từng giây phút. Chẳng hạn, như trong một người có thể giận dữ trong một giây phút và rồi ngay giây phút kế tiếp cơn giận đó lắng xuống hoặc một người là kẻ thù của ta lúc này nhưng vào thời điểm kế tiếp lại trở thành bạn ta.

Hãy xem xét sự vô thường của bản thân bằng cách nhận ra rằng ngay khi sinh ra ta đã bắt đầu [tiến trình] già đi. Một người còn trẻ, nhưng chắc chắn là sắc diện rồi sẽ phải thay đổi, mái tóc rồi sẽ rụng đi... Việc trải qua tiến trình sinh, lão, bệnh, tử là điều không thể tránh khỏi. Vào lúc chết, chúng ta không thể mang theo sức mạnh, tài sản hay bằng hữu. Thêm nữa, không ai biết trước được chính xác thời điểm chết. Một số người sống thọ hơn trăm năm, trong khi một số người khác chết trong bụng mẹ hay chết khi còn trẻ.

Chúng ta có thể quán chiếu về sự vô thường của những người khác bằng cách suy ngẫm xem có bao nhiêu người chết mỗi ngày, dù đó là những người ta trực tiếp quen biết hay chỉ nghe biết về họ. Đó có thể là một người bạn, một đứa trẻ, một người thân hay ngay cả một người bạn sơ giao. Thông qua cái chết, họ đang gửi đến ta một thông điệp: *Chúng ta rồi cũng sẽ chết.* Một khi hành giả suy xét điều này, họ có thể phá vỡ được định kiến kiên cố và niềm tin sai lầm quyết chắc rằng bản thân họ được miễn trừ đối với cái chết.

Đức Nagarjuna (Long Thọ) nhận xét rằng: "Cuộc đời như một bong bóng nước hay ngọn đèn bơ trong gió. Kỳ diệu biết bao khi ta còn được thức dậy sáng nay." Tính chất bất định và vô thường của cuộc đời này là như thế đấy. Mục đích của việc nhận ra sự vô thường là để thấu hiểu rằng, chúng ta không nên lãng phí dù chỉ một phút giây vào những việc làm vô nghĩa.

NGHIỆP, NHÂN VÀ QUẢ

Sau khi suy niệm chân lý của sự vô thường và cái chết, một số hành giả do không hiểu rõ chân lý của Nghiệp nên đã rơi vào quan điểm sai lạc của thuyết hư vô, vốn luôn cho rằng mọi sự không có ý nghĩa hay không đáng quan tâm.

Nghiệp dựa trên nền tảng những hành động mà chúng ta làm. Ta trải nghiệm những kết quả khác nhau tương ứng với những hành động đó. Những kết quả của nghiệp, hay hành động của ta, là do sự tương thuộc và tụ hội của những nguyên nhân và điều kiện (duyên) khác nhau. Nói một cách ngắn gọn thì những hành động và nguyên nhân đức hạnh tạo nên những kết quả tốt đẹp; những hành động và nguyên nhân phi đạo đức gây nên đau khổ.

Những hành động tạo nghiệp của ta bao gồm bốn nhân tố:

1. Ý định,
2. Kế hoạch thực hiện,
3. Tự thân hành động,
4. Sự hoan hỷ trong khi thực hiện hành động.

Khi có đủ cả bốn nhân tố này, nghiệp được tạo nên rất mạnh mẽ. Khi những nhân tố này không hiện diện đủ thì hành động tạo nghiệp không hoàn chỉnh. Ví dụ, nếu một người lái xe vô tình cán phải một con rắn mà không hề cố ý, không có dự tính trước và có thể có sự ân hận [không vui], thì đó không phải là một hành động tạo nghiệp hoàn chỉnh.

Nghiệp cũng có thể kết quả tức thì, như trong trường hợp quả báo của những hành động cực ác. Kết quả này có thể được hiểu qua ví dụ một con chim bay ngang qua bầu trời và rồi hạ cánh. Khi đáp xuống mặt đất, con chim gặp cái bóng của nó (kết quả). Nguyên nhân (con chim) và điều kiện (cái bóng của nó) đã kết hợp để tạo nên một kết quả cụ thể và tức thì khi con chim đang đáp xuống.

Tuy nhiên, nghiệp cũng có thể chín mùi từ từ. Khi một hạt giống được gieo trồng thì cần có thời gian để những nguyên nhân và điều kiện (duyên) kết hợp và giúp nó phát triển. Những kết quả xảy ra từ từ và tích lũy theo thời gian.

Đối với chúng sinh, nghiệp kết thành quả là điều chắc chắn. Nó không kết quả trong những tảng đá, trong đất hay trong bầu trời! Nó kết thành quả với chúng sinh [đã tạo nghiệp] và trong tâm thức của cá nhân đã tích tập hay tạo ra nghiệp đó. Nghiệp đi theo chúng ta vào thân trung ấm (bardo) và quyết định việc ta sẽ gặp phải những gì trong tương lai.

Trong Kinh điển có dạy rằng, thật khôi hài khi cho rằng "lửa không nóng thiêu đốt hay mặt trời và mặt trăng có thể bị đảo ngược". Cũng vậy, thật khôi hài và không thể chấp nhận khi cho rằng nghiệp không kết thành quả. Nói một cách tương đối thì nghiệp chắc chắn phải kết thành quả.

Những Đạo sư và Thành tựu giả giác ngộ đã chứng ngộ rốt ráo, tâm và bản tánh giác ngộ, thấu hiểu rằng trong chân lý rốt ráo không hề có nghiệp. Các ngài đã siêu việt nghiệp và những giới hạn của nó. Ở trình độ này, một bậc giác ngộ thấu suốt rằng mọi hình tướng là tánh Không. Đó là lý do tại sao những bậc giác ngộ như Tilopa, Naropa hay Saraha phô diễn những hành vi mà bề ngoài dường như kỳ lạ hay tiêu cực, nhưng thực ra là dựa trên sự thấu suốt hoàn toàn về chân tánh của các hiện tượng. Đối với các ngài, *năm độc* (tham, sân, si, ganh tị, kiêu ngạo) phát triển như năm trí tuệ.

Những Đạo sư này thấu hiểu rằng nghiệp cũng giống như kinh nghiệm trong giấc mộng. Nhưng khi một người bình thường không biết mình đang nằm mộng, anh ta kinh nghiệm sự khủng khiếp, sự mê lầm và nỗi khổ trong những giấc mơ, chẳng hạn như bị giết chết hay bị dã thú rượt đuổi. Những Đạo sư giác ngộ hiểu rằng, kinh nghiệm khi tỉnh thức của ta, vốn được tạo nên bởi nghiệp, cũng tương tự như một giấc mộng tạo ra mê lầm và phiền não.

Trong một số thực hành như Mahamudra (Đại Ấn) và Dzogchen (Đại Viên Mãn), những cảm xúc tiêu cực không bị loại bỏ, thay vào đó chúng được chuyển hóa và tự giải thoát thành năm trí tuệ. Tuy nhiên, đối với chúng ta là những người đang hoạt động trên bình diện tương đối, ta là những đầy tớ cho năm độc và không thể chuyển hóa chúng thành năm trí tuệ.

Kinh Tam-ma-đề (Thiền định) dạy rằng: *"Tâm như khoảng không. Tâm như không này thực hiện những hành động như không và đi tới một cõi địa ngục như không."* Mặc dù điều này minh họa rằng trên bình diện tuyệt đối thì nghiệp không hiện hữu, nhưng trên bình diện tương đối thì nó hiện hữu đối với ta. Tóm lại, chúng sinh như chúng ta nằm trong một dòng tương tục của những hành động và kết quả, những nhân và duyên.

Là những chúng sinh bình thường, chúng ta nhìn thấy những hình tướng khác nhau và bám chấp vào chúng do bởi những tập khí trước đây của ta. Vì thế, chúng ta phải hành động theo luật nhân quả. Chúng ta chưa thể hành xử trên bình diện tuyệt đối. Do đó, ta phải tự ngăn ngừa mình không phạm vào những hành vi tiêu cực; ta không được phép tự dối mình khi cho rằng ta là một Thành tựu giả chứng ngộ đang chuyển hóa những hiện tượng!

Những hành vi tiêu cực được tóm tắt trong Mười bất thiện nghiệp. Những hành vi bất thiện sinh khởi trên nền tảng của tham, sân và si. Nói tóm lại, tất cả nghiệp bất thiện đều bắt nguồn từ sự vô minh, bởi chính sự mê lầm bám luyến vào một bản ngã đã làm nảy sinh mọi điều bất thiện. Khi ta bám chấp vào bản ngã, tham muốn sinh khởi; đây là sự tham muốn có được những điều làm lợi cho bản ngã. Một khi tham muốn phát khởi, chúng ta sẽ hành động để bảo vệ bản thân và duy trì hạnh phúc có được từ việc thỏa mãn sự tham muốn đó. Khi ấy, ta nảy sinh sự ghét bỏ, không ưa thích đối với những đối tượng không làm ta hài lòng.

Việc từ bỏ Mười bất thiện nghiệp tạo thành Mười Thiện nghiệp.

Ba bất thiện nghiệp của thân và những nghiệp quả của chúng là:

1. Lấy đi sinh mạng của chúng sinh khác; nghiệp quả hoàn toàn chín mùi của nó là sự tái sinh trong địa ngục. Hậu quả gần của nó là, khi sinh làm người ta sẽ có một tuổi thọ ngắn ngủi.

2. Trộm cắp của cải của những người khác; nghiệp quả hoàn toàn chín mùi của nó là sự tái sinh làm quỷ đói (ngạ quỷ). Hậu quả gần của nó là, khi sinh làm người ta sẽ bị nghèo khó.

3. Hành vi tà dâm; nghiệp quả hoàn toàn chín mùi của nó là sự tái sinh làm quỷ đói (ngạ quỷ). Hậu quả gần của nó là, khi sinh làm người ta sẽ có nhiều kẻ thù và sống trong sự bất hòa.

Bốn bất thiện nghiệp của ngữ và những nghiệp quả của chúng là:

1. Nói dối để lừa gạt người khác vì lợi lạc của riêng mình; nghiệp quả hoàn toàn chín mùi của nó là tái sinh làm súc sinh. Hậu quả gần của nó là, khi sinh làm người, những người khác không lưu tâm đến lời nói của ta; lời ta nói không có hiệu quả.

2. Vu khống người khác; nghiệp quả hoàn toàn chín mùi của nó là tái sinh trong địa ngục. Hậu quả gần của nó là, khi sinh làm người ta sẽ không có bạn hữu hay người giúp đỡ những khi cần thiết.

3. Nói lời độc ác hay nói lời sân hận với người khác; nghiệp quả chín mùi của nó là tái sinh trong địa ngục. Hậu quả gần của nó là, khi sinh làm người ta sẽ hứng chịu sự vô ơn của người khác.

4. Tham dự vào những chuyện tầm phào và trò chuyện vô nghĩa; nghiệp quả hoàn toàn chín mùi của nó là tái sinh làm súc sinh. Hậu quả gần của nó là, khi sinh làm người, những người khác sẽ phớt lờ lời nói của ta, xem như vô nghĩa.

Ba bất thiện nghiệp của ý và những nghiệp quả của chúng là:

1. Trong ý tưởng có khuynh hướng ganh tị và thèm muốn; nghiệp quả hoàn toàn chín mùi của nó là tái sinh làm ngạ quỷ. Hậu quả gần của nó là, khi sinh làm người, tâm ta luôn hướng theo sự tham muốn quá độ.

2. Trong ý tưởng có khuynh hướng tức giận và có hại; nghiệp quả hoàn toàn chín mùi của nó là tái sinh trong địa ngục. Hậu quả gần của nó là, khi sinh làm người, ta sẽ có một tánh khí nóng nảy, dễ cáu giận.

3. Có những quan điểm lệch lạc hay sai lầm; nghiệp quả hoàn toàn chín mùi của nó là tái sinh làm súc sinh. Hậu quả gần của nó là, khi sinh làm người ta sẽ bướng bỉnh, ngoan cố.

Ngay cả một hành động tiêu cực hay tích cực nhỏ bé cũng có thể chín mùi thành một kết quả to lớn, giống như một đốm lửa có thể gây nên một trận hỏa hoạn. Thêm nữa, ta không thể tránh né những hành vi tiêu cực bằng cách sai khiến người khác làm thay ta.

Những hậu quả tiềm tàng của việc phạm vào Mười bất thiện nghiệp này tùy thuộc vào ý định và những cảm xúc đi kèm theo hành động. Ví dụ, một hành động có vẻ như tiêu cực nhưng lại có thể là tích cực nếu động cơ thúc đẩy là hết sức tích cực và đúng đắn. Đây là trường hợp những hành động đôi khi được các vị Bồ Tát thực hiện vì lợi ích của chúng sinh. Trong một tiền thân của Đức Phật Thích-ca Mâu-ni, khi là một vị Bồ Tát, Ngài thấu suốt tư tưởng của người khác. Có một lần, một chiếc tàu sắp giương buồm tới một hòn đảo châu báu. Trên tàu có năm trăm thủy thủ, hầu hết trong số đó là những Bồ Tát. Viên thuyền trưởng dự tính ném tất cả những thủy thủ khác xuống biển và chiếm lấy của cải khi họ đã hoàn thành nhiệm vụ. Trong đời đó, Đức Thích-ca Mâu-ni đã giết chết viên thuyền trưởng, nhờ đó Ngài cứu ông ta khỏi phạm vào một nghiệp cực ác như thế và tránh được cái chết cho tất cả những bậc giác ngộ.

Tương tự như thế, Hành giả Du-già Milarepa đã nói: "Mặc dù tôi không hiểu gì về Luật tạng *(Vinaya)*,[1] nhưng nếu tôi làm chủ tâm thức tôi thì điều đó đã là đủ."

Vì thế, mặc dù Milarepa không nghiên cứu tất cả những vấn đề tinh tế của Luật tạng, nhưng ngài vẫn đủ sức kiểm soát những động cơ và cảm xúc của tâm ngài, điều ấy ảnh hưởng tới hành vi bên ngoài của ngài.

Giáo lý về nghiệp dạy ta chiến thắng những cảm xúc tiêu cực. Là những người sơ cơ trên đường tu tập, đôi khi sự mong cầu là một phần của việc thực hành. Việc ta mong cầu phát khởi tâm Bồ-đề và làm lợi lạc người khác là một trạng thái đức hạnh của tâm thức và ý hướng. Kết quả sẽ tốt đẹp, cho dù có đôi chút tham luyến và chán ghét trên đường tu. Khi ta tiến bộ, tâm ích kỷ sẽ dần dần giảm bớt đi. Hành giả tuyệt vời nhất có rất ít tham, sân và si, nhưng vào lúc bắt đầu tu tập thì hầu hết người tu đều lẫn chứa trong tâm những thứ đó.

Nghiệp còn sót lại (dư nghiệp) hay nghiệp tiềm ẩn luôn hiện hữu trong dòng tâm thức của tất cả chúng sinh, kể cả những vị có thành tựu cao cấp. Những ai không thấu suốt về nghiệp có thể khởi tâm nghi ngờ khi thấy một Đạo sư Vĩ đại hay Lạt-ma hiển lộ bệnh tật, khốn khổ và đau đớn. Họ không hiểu được tại sao một người có thành tựu cao cấp như thế lại phải chịu đau khổ.

Vì những Đạo sư Vĩ đại này hiện diện trong một thân tướng vật lý, thân tướng Hóa Thân, các ngài vẫn mang theo mình nghiệp tiềm ẩn này. Thậm chí Đức Gyalwa Karmapa thứ Ba đã viết trong tác phẩm *Lời Ước Nguyện Mahamudra* của ngài: "Cầu mong toàn thể nghiệp tiềm ẩn này chín mùi

---

[1] Luật tạng: phần văn bản trong Tam tạng, dạy về những hành vi đúng đắn và không đúng đắn đối với một hành giả tu sĩ, tức là những giới luật phải vâng giữ theo.

với tôi trong chính thân xác này và ngay trong đời này, để tôi không phải trải nghiệm nó trong tương lai." Ngay cả Milarepa khi sắp thị tịch - do uống thuốc độc - đã nói rằng việc này sẽ tịnh hóa nghiệp tiềm ẩn của ngài. Ngay cả Đức Phật cũng giẫm lên một miếng gỗ đàn hương khiến cho chân Ngài bị thương. Việc này là do sự chín mùi của nghiệp tiềm ẩn được tạo nên từ việc giết chết viên thuyền trưởng đã dự định giết chết thủy thủ đoàn của Ngài.

Nếu thái độ của bạn tuyệt hảo thì đường tu và những mức độ tiến bộ trong khi thực hành sẽ tuyệt hảo. Nhưng nếu ta có một thái độ tiêu cực thì con đường tu tập và những mức độ tiến bộ sẽ tiêu cực. Nếu ta không có một quan điểm tích cực, sẽ có những chướng ngại và đau khổ.

Đức Phật đã dạy rằng thiện nghiệp có được qua Hai Tích tập, đó là công đức và trí tuệ. Phật Quả được thành tựu nhờ việc tích tập cả công đức và trí tuệ, cũng giống như đôi mắt. Nếu chỉ có một trong hai điều đó, hành giả không thể thành tựu chứng ngộ.

Công đức là một sự tích tập trong ý niệm. Việc cúng dường cho Đức Phật hay bố thí cho người nghèo sẽ dẫn tới tích tập công đức. Nếu ta không tích tập đầy đủ công đức, những dấu hiệu sẽ xuất hiện, chẳng hạn như có nhiều chướng ngại. Chẳng hạn, dù ta có một ý định tốt đẹp nhưng hóa ra kết quả lại có thể không như ta mong đợi.

Trí tuệ thì không có hình thể. Nó được tích tập nhờ việc lắng nghe giáo pháp, suy ngẫm và thiền định về chúng.

Từ quan điểm Đại thừa, thiền định tâm Bồ-đề là thực hành chính yếu để giảm thiểu những hành vi bất thiện. Vì hầu hết những điều xấu ác mà ta phạm vào đều là để bảo vệ tư lợi của ta, nên pháp thiền định hoán đổi chính mình vì lợi lạc của người khác rất hiệu nghiệm trong việc phát triển tâm Bồ-đề. Ta có thể giảm bớt sự tiêu cực bằng cách thiền định hoán đổi hạnh phúc của riêng ta để nhận lãnh những đau khổ của người khác.

Tóm lại, nghiệp và những kết quả của nó được nhìn thấy khắp quanh ta. Nhiều chủng loại thú vật khác lạ và đa tạp hiện diện trên trái đất đều là do nghiệp. Nếu bạn muốn có một tái sinh tuyệt hảo, hãy thiền định về sự nhẫn nhục. Nếu bạn muốn có năng lực để làm lợi lạc người khác, hãy tôn kính Lạt-ma hay những bậc siêu phàm khác. Nếu bạn muốn có niềm tin và lòng can đảm, bạn không nên kiêu ngạo và chấp ngã. Nếu muốn thoát khỏi bệnh tật và đau khổ, hãy từ bỏ những hành động xấu ác. Nếu muốn có hạnh phúc, hãy thiền định về tâm từ bi. Nếu muốn có một giọng nói du dương, bạn nên nói sự thật. Nếu muốn có những phẩm tính tốt lành, hãy phục vụ một thiện tri thức, hoàn thiện thiền định An định và Nội quán, và hãy phân tích bản ngã với trí tuệ phân biệt. Nếu bạn muốn tái sinh về những cảnh giới cao hơn, hãy thiền định về Bốn Tâm Vô lượng (Từ, Bi, Hỷ và Xả). Điều cuối cùng và quan trọng nhất là, nếu muốn được tái sinh làm người, bạn phải thực hành Mười Thiện nghiệp (Thập Thiện).

NHỮNG TAI HẠI CỦA SINH TỬ

Tùy theo những hành động thiện, ác và vô ký mà chúng sinh đã làm, họ sẽ tái sinh vào một trong sáu cõi luân hồi, vòng xoay đau khổ mà chúng sinh hiện hữu trong đó.

Chúng ta sẽ bắt đầu với ba trạng thái hiện hữu thuận lợi hơn. Trong Cõi Người, mọi chúng sinh đau khổ bởi Bốn Dòng Sông Lớn: Sinh, Lão, Bệnh và Tử.

Trong Cõi Trời, chúng sinh đau khổ vì phước lành suy kiệt. Năm ngày trước khi chết, khuôn mặt một vị trời (thiên) hay thiên nữ bắt đầu biến sắc nhợt nhạt. Họ bắt đầu có mùi hôi và những tràng hoa của họ héo úa. Họ có những thị kiến về cảnh giới thấp mà họ sắp tái sinh. Họ trở nên tuyệt vọng và buồn bã bởi họ đã sống ở Cõi Trời quá lâu. Vì thế, bị xao lãng bởi sự hỷ lạc và an bình của định trong nhiều kiếp, họ không bao giờ chịu dành thời gian để thực hành Pháp.

Trong Cõi A-tu-la (Bán Thần), những chúng sinh đau khổ vì tranh đấu và bất hòa, được khơi dậy bởi một thái độ ganh tị.

Kế tiếp là ba trạng thái hiện hữu ít thuận lợi hơn, là nơi chúng sinh phải chịu đau khổ thường xuyên hơn. Trong Cõi Súc sinh, những thú vật đau khổ vì sợ hãi. Chúng ăn nuốt lẫn nhau, hay trở thành nô lệ và bị ăn thịt. Ta có thể nhìn thấy nỗi khổ trong cõi này hết sức rõ rệt.

Trong Cõi Ngạ quỷ, sự đói khát khiến chúng sinh đau khổ. Mặc dù có thể nhìn thấy thức ăn nhưng họ không ăn được. Nếu họ nuốt một ít đồ ăn, nó sẽ đốt cháy cổ họng và bao tử họ thường xuyên trống rỗng.

Trong Cõi của những chúng sinh Địa ngục, cái nóng và lạnh hành hạ chúng sinh. Họ phải chịu đau khổ ở một trong tám địa ngục lạnh (chẳng hạn những vết phồng rộp vỡ ra hay răng đánh lập cập) hoặc tám địa ngục nóng. Cũng có những Cõi Địa ngục không thường xuyên và Địa ngục lân cận. Chúng ta có thể nhìn thấy một số Địa ngục đó, chẳng hạn những con vật kỳ lạ nhỏ bé sống dưới những tảng đá hay những côn trùng sống rất lâu dưới mặt đất. Trong những địa ngục không thường xuyên này, chúng sinh chết và bị tái sinh liên tục ở đó trong một thời gian rất dài.

Không một chúng sinh nào thoát khỏi đau khổ, dù đó là đau khổ trong tinh thần hay thể xác. Để thấu hiểu nỗi khổ của những cõi thấp, ta phải nhận dạng sự đau khổ hiện diện quanh ta. Như một người chăn nuôi gia súc, hãy suy tưởng về việc súc vật phải chịu đau đớn biết bao khi bị giết thịt. Như một người thợ săn, hãy suy niệm về cảm giác của con mồi như thế nào khi bị săn đuổi và cuối cùng bị bắn chết.

Hãy nhận lãnh những kinh nghiệm liên quan mà ta có và biến chúng thành sự thấu hiểu luân hồi. Ví dụ, nếu bạn cảm thấy lạnh khi đứng ngoài trời trong mùa đông mà không có áo choàng thì hãy nghĩ tưởng đến những chúng sinh trong những cõi địa ngục lạnh còn phải chịu giá buốt đến đâu. Nếu một tia lửa làm phỏng ngón tay bạn, hãy nghĩ tưởng rằng trong những địa ngục nóng, chúng sinh còn đau đớn hơn thế nhiều. Nếu bạn cảm thấy đau khổ khi bị đói khát trong ba ngày, hãy nghĩ tưởng rằng là một ngạ quỷ thì còn tệ hại hơn biết bao.

Sự tồn tại trong luân hồi bao gồm Ba Loại Đau khổ:

1. Nỗi khổ tràn ngập trong dòng tâm thức và có mặt trong mọi sự hiện hữu do nhân duyên (hành khổ);

2. Nỗi khổ vì đau đớn, khổ đau (khổ khổ);

3. Nỗi khổ gây nên bởi sự biến đổi, do hối tiếc khi ta mất đi những hoàn cảnh tốt đẹp và những sự vật (hoại khổ).

Là con người, tâm ta không nên cứng rắn, thiếu mềm dẻo, nhẫn tâm và lạnh lùng. Chúng ta nên suy niệm về nỗi khổ của những người khác, nhờ đó tâm ta sẽ trở nên mềm mại và tinh tế.

Pháp thoại được giảng
vào tháng Năm, 2001

Nguyên tác: "The Four Foundations:
Thoughts which Turn the Mind
Towards the Dharma"

của **Ven. Karma Khenchen Rinpoche**

SINH RA LÀM NGƯỜI QUÝ BÁU

Lạt ma Gursam

Mọi sự sống đều quý báu, cho dù có là thế nào đi chăng nữa. Trước hết, quý báu có nghĩa là gì? Trong tiếng Sanskrit (Bắc Phạn), chữ quý báu được diễn đạt bằng từ ratna. Trong tiếng Tây Tạng, ratna đôi khi được dịch là konchog và đôi khi là rinpoche. Cách dịch này có khi được rút gọn thành rinchen. Có những trường hợp khác cũng được dịch là norbu, nghĩa là viên ngọc quý. Vì thế, tiếng Tây Tạng thật phong phú với những thuật ngữ tâm linh khác nhau.

Theo Đại thừa tối thượng luận (Uttaratantra Shastra)[1] của Luận sư Di-lặc (Maitreya) - một trong những bản văn quan trọng nhất của Phật giáo - việc sinh ra làm người quý báu được giảng theo năm cách khác nhau.

Trước hết, việc làm người là khó được và vì thế mà quý báu.

Thứ hai, chân tánh của tâm vốn thuần tịnh từ nguyên thủy, vì thế nên được sinh ra làm người cũng là điều quý báu.

Thứ ba, việc sinh ra làm người là quý báu vì có khả năng sâu xa giúp ta có thể sử dụng cuộc đời này để thành tựu giác ngộ và làm lợi lạc cho những người khác.

Thứ tư, đó là vật trang sức vĩ đại nhất mà những món trang sức tầm thường khác không thể so sánh được.

Thứ năm, sự sinh ra làm người sẵn có tánh Phật không biến đổi.

---

[1] Còn có tên khác là Cứu cánh Nhất thừa Bảo tính luận, một trong Ngũ đại luận của Đại luận sư Di-lặc, tương truyền chính là Bồ Tát Di-lặc.

Bởi những lý do trên mà việc sinh ra làm người được xem là quý báu. Thiền định về sự sinh ra làm người quý báu là pháp chuẩn bị thứ nhất trong bốn chuẩn bị thông thường. Đây là thiền định về tám điều tự do và mười phú bẩm (thuận lợi) của sự sinh ra làm người quý báu.

Việc hiểu biết về sự sinh ra làm người quý báu này là rất cần thiết, không chỉ đối với các hành giả mà còn cho tất cả mọi người. Tôi đã nhận ra điều đó khi giảng dạy cho các thanh thiếu niên rằng điều quan trọng là phải giải nghĩa rõ ràng về vấn đề này. Thật đáng tiếc là đôi khi có những người trẻ tuổi đi đến quyết định tự tử. Do đó, rất cần phải thấu hiểu tính chất quý báu của đời người. Vì thế, đi đến đâu tôi cũng cố gắng nói về vấn đề này. Ở đây, mọi người đều hiểu rõ về sự quý báu của đời người. Nhưng ở Montreal tôi đã thấy có nhiều người trẻ tuổi tự tử. Giáo pháp này được đưa ra nhằm khuyến khích người học Phật Pháp đi vào thực hành và giúp những người khác có thể nhận thức sâu sắc về cuộc đời của họ. Vì thế, đây là một giáo pháp có công năng mạnh mẽ. Khi gặp những khó khăn và gian khổ, ta có thể nhờ đến giáo pháp này để có được sức mạnh và năng lực. Khi ta biết quý trọng sự sống của chính mình và người khác, ta sẽ không làm hại bản thân và người khác.

Trước đây, sau khi hoàn tất việc học tập tôi đã thực hành các pháp ngondro (pháp chuẩn bị). Theo truyền thống Drikung thì việc này được bắt đầu bằng những lời cầu nguyện trường thọ hướng đến Đức Phật A-di-đà (Amitayus - Phật Vô Lượng Thọ). Sau đó, tôi thiền định về bốn chuẩn bị thông thường, mỗi chuẩn bị kéo dài ba tuần. Khi tôi ngồi xuống để thực hành các pháp này, tâm tôi trống rỗng và tôi không biết phải thiền định về cái gì. Vì thế tôi trở lại với các bản văn. Những bản văn mô tả nguyên nhân của sự sinh ra làm người quý báu, cho các ví dụ, giải thích sự hy hữu và bản chất của đời người. Sau khi thực hành bốn chuẩn bị, tôi thấy phần thiền định sau đó trở nên dễ dàng. Vì thế, điều quan trọng là bạn phải tự học hỏi về giáo pháp này. Mục đích của việc học Pháp là để hỗ trợ cho thực hành. Ngài Thế Thân (Vasubhandu) đã nói: "Bất kỳ sự học hỏi nào của chúng ta đều phải nhằm mục đích hỗ trợ cho thiền định."

Như vậy, thế nào là một đời sống tâm linh? Đó là sống để làm lợi lạc chúng sinh và dứt trừ hoàn toàn mọi cảm xúc phiền não. Hình thức thực hành của chúng ta là hình thức của một hành giả cư sĩ nam hay nữ (yogi hay yogini). Chúng ta giữ năm giới nguyện biệt giải thoát của một cư sĩ. Có bảy phạm trù giới nguyện biệt giải thoát: những giới nguyện của tăng ni thọ Cụ túc giới, những giới nguyện của các sa-di và sa-di ni, những giới nguyện của cư sĩ nam và cư sĩ nữ, và giới nguyện trong một ngày (Bát quan trai giới). Tất cả giới nguyện đều được thọ trì vì mục đích làm lợi lạc chúng sinh.

Là con người, chúng ta cần có thực phẩm, quần áo, và nơi trú ẩn. Theo truyền thống xưa kia, điều cần thiết thứ tư là một con ngựa. Và để có được tất cả những thứ ấy, ta cần có một việc làm. Mục đích của đời sống là hạnh phúc. Hạnh phúc không chỉ đến từ bên ngoài. Hạnh phúc đến từ bên ngoài rất hạn hẹp. Hạnh phúc nội tại lớn lao hơn nhiều. Nhưng chỉ cần những hoạt động của ta không chiếm hết thời giờ dành cho việc thiền định thì hai loại hạnh phúc này không hề mâu thuẫn nhau. Hãy sống đơn giản, hòa nhã và tử tế. Chỉ như thế dường như đã đủ bao gồm tất cả. Đối với một hành giả như ta, không những phải thấu hiểu đời sống quý báu như thế nào, mà còn phải hiểu rằng đời sống thật vô thường. Mọi sự đều thay đổi. Mục đích của việc thiền định về lẽ vô thường là dùng nó như một cách đối trị tánh lười biếng. Thiền định này cũng được dùng làm một phương thức đối trị tham luyến. Khi thoát khỏi tham luyến, tâm thức chúng ta trở nên mạnh mẽ và tự do. Thân xác ta có thể ở trong luân hồi, nhưng tâm ta tự do tự tại. Giáo lý về sự vô thường là cốt tủy của Pháp.

Giáo lý này giải thoát chúng ta khỏi sự tham luyến, sân hận và ganh ghét. Sự vô thường đối trị sự bám chấp. Chúng ta bám chấp vào những niệm tưởng bởi ta không thấy được chúng là vô thường. Do đó, tâm ta bị tham luyến trói buộc. Khi một niệm tưởng khởi lên, nó sẽ biến mất khi bạn thấy được nó là vô thường. Vì thế có một mối liên hệ chặt chẽ giữa việc nhận thức sâu xa lẽ vô thường với thiền định.

Chúng ta cũng phải nghĩ tưởng rằng những sự sống khác cũng quan trọng. Là một người ăn chay thật không dễ dàng, bởi lẽ bạn cần phải học tập về khoa dinh dưỡng. Tôi mất một năm học tập để trở thành một người ăn chay, bởi tôi phải học tất cả về khoa học ấy. Việc ăn chay tích tập công đức lớn lao và giảm thiểu nguy cơ mắc bệnh tật. Vì thế, trở thành một người ăn chay có rất nhiều khía cạnh lợi lạc.

Hỏi: Con đọc được rằng một trong những lời nguyện của Đức Phật Dược Sư là giúp cho phụ nữ được tái sinh làm người nam trong đời sau? Điều ấy có tính chất văn hóa không?

Đáp: Có lẽ điều ấy có tính chất văn hóa. Đây có thể là một giáo lý thiết thực. Tôi không quen thuộc với lời nguyện đó. Các bậc cha mẹ nên tạo cơ hội đồng đều cho tất cả con cái của họ. Tôi đã hướng dẫn một chuyến du hành tới Ấn Độ và khi chúng tôi ở Dehra Dun, vấn đề ni giới được đặt ra. Họ đã để ý rằng các sư cô phải sống trong những điều kiện tệ hại hơn. Khi tôi tới Arizona tôi được mời tới một lều tẩy tịnh[1] để cầu nguyện. Những người phụ nữ vào lều trước rồi mới tới đàn ông. Tôi cho rằng điều này thật vĩ đại. Vợ tôi đã kể cho tôi nghe biết bao vấn đề về sức khỏe mà phụ nữ gặp phải ở Tây Tạng. Phật Giáo đã nói rõ rằng, nam giới và phụ nữ đều

---

[1] Nguyên ngữ là sweat lodge, một kiểu lều hay nhà nghỉ được dùng trong nghi lễ tịnh hóa. Ban đầu, các thổ dân ở châu Mỹ đã sử dụng nghi lễ này. Đối với họ đây là một buổi lễ đầy ý nghĩa. Ngày nay nghi thức này trở nên phổ biến trong những nhóm người không phải là người da đỏ. Những người này nhận ra nghi thức tẩy tịnh có lợi cho sức khỏe cũng như tâm linh của họ.

có cơ hội như nhau trong việc đạt đến giác ngộ. Vì thế, mọi cuộc đời đều đặc biệt.

Hỏi: Khi Thầy còn là một cậu bé và gia nhập tu viện, thầy có nhận thức sâu sắc về giá trị của việc có thể thực hiện được điều đó?

Đáp: Phần đông các hành giả trẻ tuổi không nhận thức được điều này. Đối với họ, đó là một việc thuộc về văn hóa. Chỉ một thiểu số là có động lực tâm linh. Ở Tây Tạng, thường thì một đứa trẻ sẽ trở thành tăng hay ni. Trong trường hợp của tôi, tôi rất quan tâm tới việc gia nhập tu viện.

Hỏi: Khi thiền định, con thấy có nhiều niệm tưởng khởi lên. Thầy có thể giảng về cách buông bỏ chúng?

Đáp: Trong thời gian thiền định, bất cứ điều gì cũng có thể xuất hiện. Nhưng bản tánh của tâm vẫn hiện diện ở đó. Đừng bám víu hay từ chối bất kỳ điều gì. Bạn nên gạt bỏ mọi nghi ngờ và mong đợi. Bất kỳ điều gì sinh khởi đều không ngoài bản tánh của tâm. Nếu bạn cầu nguyện Lạt-ma hay Bổn Tôn của bạn trước khi thiền định, điều đó có thể là hữu ích. Ngài Gampopa dạy: "Hãy tiếp cận với những sự xuất hiện trong thiền định với tâm thức như một đứa trẻ." Những sự xuất hiện ấy chỉ trở thành chướng ngại khi bạn bám chặt vào chúng hay xua đuổi chúng đi. Điều quan trọng là phải kiên trì. Lòng bi mẫn cũng cần thiết. Và bạn phải có sự nhẫn nhục. Sau thời gian thiền định, bạn phải thực hành chánh niệm.

Nguyên tác: **"Precious Human Birth"**
của **Lama Gursam**

http://www.lamagursam.org/precious_human_birth.html

ĐỪNG BỎ PHÍ CƠ HỘI NÀY

Khenpo Chodrak
Giảng về sự quý báu của thân người

Việc có được cái gọi là một "thân người quý báu" có nghĩa là ta đã được sinh làm một con người và sẵn có những tự do, thuận lợi nào đó. Không những ta phải có những điều kiện tiên quyết về thể chất để thực hành Pháp, mà ta cũng phải có một tâm thức bao gồm ba loại niềm tin.

"Những tự do" được đề cập ở đây có nghĩa là, tâm ta không hoàn toàn bị vướng bận bởi những vấn đề khác. Ví dụ nếu bị sinh ra trong những cõi giới có quá nhiều nỗi khổ, ta sẽ hoàn toàn bị những tình huống đó chi phối đến nỗi không có chút cơ hội nào để thực hành Pháp hay dành hết thì giờ cho những việc tích cực khác.

Đức Phật đã giảng về tám cảnh giới khác nhau không có tự do để thực hành Pháp. Ngài giảng dạy theo cách tương ứng với cách suy tưởng của con người thời đó (thời Đức Phật còn tại thế). Tuy nhiên, ngày nay chúng ta không nên hiểu những cảnh giới đó như những nơi chốn cụ thể, mà đúng hơn là chỉ đến những loại kinh nghiệm chúng sinh trải qua như kết quả nghiệp chín mùi của riêng họ.

TÁM TỰ DO

Ba trạng thái đầu tiên trong tám tâm thái mà Đức Phật đã giảng dạy là ba cõi thấp: địa ngục (cảnh giới tâm tưởng hoảng loạn), ngạ quỷ (cảnh giới quỷ đói), và súc sinh (cảnh giới các loài thú vật).

Khi trải qua những trạng thái hiện hữu này, ta sẽ đau khổ dữ dội đến nỗi không thể làm bất kỳ điều gì khác, hoặc ta hoàn toàn không đủ sáng suốt để thực hành Pháp theo bất kỳ phương thức nào.

Trong một số Kinh điển, Đức Phật mô tả những tâm thái này theo cách cho thấy đó có thể là những thế giới tương tự thế giới của chúng ta. Những lời dạy này tương ứng với ý niệm về thế giới chúng ta của con người thời đó và được đặc biệt dành cho các vị Thanh văn (Shravaka) - những người theo Thanh Văn thừa.

Tuy nhiên, nếu suy nghĩ về những trạng thái tâm tưởng hoảng loạn này, ta sẽ nhận ra rằng có lẽ chúng không thể có nghĩa là một nơi chốn thực sự, bởi trong Kinh nói rằng kim loại nóng chảy ở khắp nơi trong cảnh giới đó. Nếu chúng ta đặt nghi vấn rằng ai đã nấu chảy kim loại và nhiên liệu nào được dùng để đốt lửa v.v..., thì ta thấy rằng chúng không thể hiện hữu theo nghĩa đen như cách chúng được miêu tả. Đúng hơn, đó là sự trải nghiệm hoàn toàn như thật của mỗi chúng sinh riêng biệt, vốn đã tạo nghiệp dẫn đến trạng thái hiện hữu đó. Chính tâm thái đặc biệt của những chúng sinh bị vô minh và lầm lạc đã khiến họ phải tự trải nghiệm chính mình giữa một chốn địa ngục.

Tuy nhiên, cho dù nó không là một thế giới "có thật" theo ý nghĩa vừa nói trên, khi một chúng sinh còn mang nghiệp phải chịu đựng trạng thái này thì sự khổ đau họ trải qua sẽ không chấm dứt. Hoàn toàn bị vọng tưởng áp chế, chúng sinh đó không có khả năng dù chỉ là thay đổi ý tưởng. Họ thực sự thấy rằng mình đang ở trong cảnh giới địa ngục và chịu đựng sự đau khổ tương ứng. Do nỗi khổ đau khốc liệt này mà chúng sinh ấy thậm chí không thể suy niệm về ý nghĩa của Giáo Pháp, nói gì đến việc thực hành. Cho dù họ có muốn tu tập cũng hoàn toàn không thể được.

Trái lại, có những tâm thái mà kinh nghiệm về hạnh phúc và niềm vui quá mãnh liệt đến nỗi chúng sinh không nghĩ đến việc tu tập. Đó là cõi trời.

Có nhiều tầng trời khác nhau trong Dục giới, Sắc giới và Vô sắc giới. Trong Dục giới có sáu loại hiện hữu (sáu loài chúng sinh) khác nhau, cõi trời là một trong sáu loại đó. Việc tái sinh về cõi trời là kết quả tích tập rất nhiều thiện nghiệp. Do thiện nghiệp này, chúng sinh được tận hưởng hạnh phúc và niềm vui bao la rồi hoàn toàn xao lãng trong đó. Chúng sinh muốn được vui thú trong tất cả những trạng thái này và không phải trải qua chút phiền não khó chịu nào. Vì không phải chịu đựng bất kỳ loại đau khổ nào, chúng sinh không quan tâm đến việc nỗ lực thoát khỏi trạng thái này. Sống trong hạnh phúc, chúng sinh cho rằng như thế là thỏa mãn và không có động lực để thực hành Pháp.

Sắc giới và Vô sắc giới là kết quả của thiền định. Nếu ta bị dính mắc vào cảm giác lạc thú khi an trú trong thiền định, cuối cùng ta có thể bị khống chế hoàn toàn bởi hỷ lạc của những trạng thái này. Khi duy trì trạng thái thiền định sâu xa này, ta không còn cảm thấy bị ngoại cảnh cuốn hút nữa, nhưng lại hoàn toàn xao lãng trong niềm vui nội tâm. Vì không kinh nghiệm bất kỳ cảm xúc khó chịu nào, tâm thức trở nên hết sức an bình và không có động lực để chuyển hóa.

Tuy nhiên, ngay trong cõi người cũng có những tình trạng không có cơ hội để thực hành Pháp. Chẳng hạn như khi sinh ra ở một nơi mà người ta không có chút ý niệm nào về những hành vi hiền thiện hay xấu ác, ta không thể đi theo một con đường tốt và tránh con đường xấu. Đây là trường hợp của các xã hội sơ khai, nơi những loại người man dã sinh sống. Họ có thể là những con người nhưng không phải bao giờ cũng cư xử theo cách như con người.

Những người khác có thể được sinh ra làm người nhưng hoàn toàn vướng mắc sâu trong những tà kiến (những tà kiến đối nghịch với Chánh Pháp) đến nỗi họ cũng không thể tu tập. Ví dụ như có những người tin là phải thực hiện việc hiến tế súc vật, bởi họ tin chắc rằng việc giết thú vật có thể đưa tới giải thoát. Tà kiến là một vấn đề rất nghiêm trọng, bởi chúng không chỉ cản trở ta trong việc thực hành Pháp, mà thậm chí có thể dẫn dắt ta thực hành theo một pháp xấu ác. Vì thế, vướng mắc trong các tà kiến là một trở ngại lớn cho sự tu tập.

Có những người khác lại sinh ra vớibệnh tâm thần. Họ không có khả năng thấu hiểu ý nghĩa của Pháp bằng cách lắng nghe Giáo lý. Ngay cả khi họ nhận được lời khuyên về điều gì nên làm và điều gì nên tránh, lời khuyên dạy ấy cũng không có ý nghĩa gì với họ. Đơn giản chỉ vì họ không thể hiểu được. Tiếng Tây Tạng gọi người như thế là "kungpa". Mặc dù từ này cũng được dùng để chỉ những người câm điếc, nhưng theo ý nghĩa được dùng ở đây chủ yếu là chỉ đến sự khiếm khuyết về tâm thần. Khả năng hiểu biết của những người này rất giới hạn và họ không thể phân biệt được giữa những điều tốt nên làm với những điều xấu phải tránh.

Cuối cùng, ta có thể bị sinh ra trong một thời đại không có chư Phật xuất thế và Phật Pháp hoàn toàn không được biết đến.

Có những thời kỳ khác nhau trong sự tiến hoá của một thế giới mà ta gọi là *"kalpa"* (kiếp) hay thời đại (eon). Trong khoảng thời gian giữa những lần thị hiện ra đời của chư Phật có những thời kỳ được gọi là "ám kiếp" (thời đại tăm tối), khi ấy không có vị Phật nào xuất thế cả. Sinh ra trong một thời kỳ như thế có nghĩa là ta không thể nối kết với Chánh Pháp và do đó không có cơ hội để tu tập.

Khi nói ta có "tám tự do" có nghĩa là ta không bị sinh vào một trong tám tình trạng bất lợi nói trên.

MƯỜI THUẬN LỢI (MƯỜI SỞ HỮU)

Tuy nhiên, còn có những điều kiện cần thiết để thực hành Pháp. Đó là mười thuận lợi hay mười sở hữu. Ở đây ta phân biệt hai nhóm, mỗi nhóm gồm năm sở hữu. Nhóm thứ nhất thuộc về chínhbản thân ta, nhóm thứ hai thuộc về ngoại duyên.

- Điều kiện thứ nhất là ta phải là một con người với đầy đủ chức năng, không khiếm khuyết và hoạt động tốt đẹp như một người nam hoặc người nữ.

- Ta phải có khả năng gặp được một Đạo sư và tham cầu Giáo pháp nơi ngài.

- Sau khi thọ nhận Giáo pháp, ta phải có khả năng thực hành Pháp.

- Ta phải khỏe mạnh, không bị khuyết tật về thể xác hay tinh thần đến mức trở ngại cho việc thực hành Pháp.

- Ta phải chưa từng phạm vào một trong năm tội Ngũ nghịch, bao gồm những việc: (1) gây thương tích cho một vị Phật, (2) giết hại một vị A-la-hán, (3) giết cha, (4) giết mẹ và (5) gây chia rẽ Tăng đoàn. Do kết quả của việc phạm các tội này, ta sẽ rất khó đạt được bất kỳ cấp độ chứng ngộ nào ngay trong đời này. Chỉ vì những hành vi này là quá mức tàn ác.

Bên cạnh năm điều kiện liên quan đến chính bản thân ta, còn có năm điều kiện khác liên quan tới ngoại duyên như:

- Phải có một vị Phật đã từng thị hiện trong thế giới này.

- Vị Phật này phải đã từng thuyết pháp.

- Giáo pháp của ngài ngày nay phải còn tìm thấy được.

- Phải còn có những vị Thầy trao truyền Giáo pháp này.

- Các vị Thầy phải có khả năng thuyết giảng Pháp một cách thích đáng - nói cách khác là giảng dạy với lòng bi mẫn.

Được sinh ra làm người với đầy đủ mười sở hữu này là giả định tốt đẹp nhất để thực hành Pháp.

TÁI SINH LÀM NGƯỜI QUÝ BÁU

Bởi loại tái sinh này là thuận lợi tốt đẹp nhất để thực hành Pháp nên nó được gọi là "tái sinh làm người quý báu". Thuật ngữ *"rinpoche"* trong tiếng Tây Tạng có nghĩa là "quý báu" hay "viên ngọc quý". Ở đây nó được dùng để mô tả thân người, bởi thật ra thân người rất quý báu và cực kỳ khó được. Một khi đã có được thân người và sở hữu rất nhiều phẩm tính thì đó là một giá trị không thể nghĩ bàn.

Đây là lý do tại sao loại tái sinh này được gọi là "tái sinh quý báu" - có được một thân người mà ta có thể sử dụng một cách đúng đắn để đạt được giải thoát. Thân người rất khó được bởi điều kiện tiên quyết để có được thân người là phải hành xử đúng đắn. Để được sinh ra làm người, ta phải tránh làm mười nghiệp bất thiện trong những đời quá khứ. Tuy nhiên, nếu nhìn lại quanh mình, ta sẽ nhận ra rằng trên thực tế không có bao nhiêu người từ bỏ được những hành vi xấu ác. So sánh với một thân người bình thường thì thân người "quý báu" còn khó đạt được hơn nữa. Việc có được cơ hội để thực hành Pháp trong đời này không chỉ là kết quả của các thiện nghiệp, mà còn phải xuất phát từ việc phát nguyện mạnh mẽ và có chủ ý được tái sinh theo cách để ta có thể phát triển và thực hành Pháp.

Ta có thể dễ dàng so sánh số lượng con người với số lượng thú vật. Chẳng hạn, ta có thể và không quá khó khăn khi tính đếm dân số của một quốc gia. Trái lại, nếu ta muốn tính đếm số lượng khổng lồ của các loài thú vật thì đó là điều không thể được, bởi chúng nhiều vô kể. Điều này cho ta một ý niệm về việc số lượng người ít ỏi như thế nào so với số lượng thú vật.

Hơn nữa, khi thấy rằng chỉ ít người gặp được mười tám điều kiện - tám tự do và mười thuận lợi để thực hành Pháp, ta sẽ nhận ra là cơ hội này thật hy hữu ra sao. Lấy một thành phố lớn có năm triệu dân làm ví dụ, nếu chỉ có một ngàn hoặc mười ngàn người trong số đó thực hành Pháp thì đã là nhiều lắm rồi. Tuy nhiên, con số này hầu như còn rất xa thực tế. Chỉ riêng điều này cho ta thấy thân người quý báu là hiếm hoi như thế nào. Hãy nhìn vào dân số khổng lồ của thế giới và xem thử số người đã chấm dứt không phạm vào mười bất thiện nghiệp, không chỉ trong số Phật tử mà cả trong những người thực hành theo mọi tôn giáo cũng như những người không theo bất cứ tôn giáo nào, ta sẽ thấy số đó rất ít ỏi so với tổng số người trên thế giới. Và rồi, nếu ta xem thử có bao nhiêu người biết cách phát nguyện vì lợi ích của người khác, thì số người đó cũng không nhiều.

Nhờ cân nhắc những sự thật này, ta sẽ trở nên tỉnh giác nhận biết việc ta có thuận lợi và may mắn ra sao khi được làm người trong một hoàn cảnh có thể thực hành Pháp. Nhờ đó ta có thể thấy được rằng cơ hội này là vô cùng hy hữu. Điều này khuyến khích ta phải sống một cuộc sống có ý nghĩa và quyết tâm không bỏ phí cơ hội này, bởi như đã đề cập ở trên, thân người này vô cùng khó được.

Ta phải nhận thức được sự sống hiện tại của ta thực sự ưu việt như thế nào và nỗ lực tận dụng để đạt được giác ngộ trong đời này. Nếu ta tu tập thật tốt, dù không nhất thiết phải là siêu xuất nhất, ta vẫn có thể trở thành các vị Bồ Tát trong đời này. Nếu ta tu tập không được tốt lắm, ta cũng có thể trở thành các vị Độc giác (Pratyekabuddha).[1] Nếu không

---

[1] Prathyekabuddha: Phật Độc Giác, những bậc tu hành không có thầy và phát tâm cầu giác ngộ mà không có một bậc thầy.

đủ khả năng làm như thế, ta vẫn có thể thực hành con đường tích tập và nối kết.[1] Ít nhất thì ta cũng nên cố gắng để không bỏ phí cuộc đời này, mà thay vào đó tận dụng được nó theo cách tốt đẹp nhất. Nếu luôn nhớ đến điều này, chắc chắn ta có thể tránh không bị thối chuyển, có thể giữ vững mức độ hiện thời và thậm chí phát triển sâu xa hơn nữa. Điều đó cho thấy hoàn cảnh của ta ưu việt như thế nào. Ta nên thực sự trân trọng điều đó.

Ngài Shantideva đã giảng dạy điều này bằng cách dùng ví dụ về một ông chủ và người làm thuê. Nếu ông chủ trả công hậu hĩnh và đối xử tốt với người làm thuê, anh ta sẽ vui vẻ và làm việc tốt. Điều này cũng làm lợi cho ông chủ. Trái lại, nếu ông chủ xử tệ với người làm thuê, thì tự nhiên là anh ta sẽ làm việc ít hơn, và ông chủ sẽ không kiếm được lợi nhuận.

Tương tự như thế, ta nên đối xử tốt đẹp với thân thể của chính mình. Như vậy, sau đó ta sẽ thấy mình có điều kiện thể chất tốt đẹp và đủ khả năng để phát triển tâm thức một cách tích cực.

Ta không nên bỏ phí chút thời gian nào. Thay vào đó, giờ đây ta nên thực hành Pháp và đừng trì hoãn điều đó, bởi ta có thể chết đi bất kỳ lúc nào và mất đi cơ hội này. Từ giây phút sinh ra, ta đã đều đặn tiến gần tới cái chết và không thể biết chắc khi nào sẽ chết. Ta có thể chết bởi vô số nguyên nhân khác nhau và ta không biết được khi nào mình sẽ chết. Cái chết càng lúc càng đến gần hơn qua từng giây phút, không thể nào tránh né. Chính bởi sự thật này mà khoảnh khắc hiện tại là hết sức quan trọng và ta nên sử dụng tốt nhất thời gian của ta ngay tại đây và ngay bây giờ.

---

[1] Là hai trong số năm giai đoạn tu tập: giai đoạn tích tập, giai đoạn nối kết, giai đoạn của cái thấy, giai đoạn tu tập và giai đoạn vô học. Năm giai đoạn này mô tả trọn vẹn sự tu tập phát triển tâm linh tuần tự dần dần cho tới khi giác ngộ.

BA LOẠI NIỀM TIN KHÁC NHAU

Để có thể thực hành Pháp, ta cần mười tám điều kiện hợp thành thân người quý báu và phải phát triển niềm tin đúng đắn. Loại niềm tin này - đôi khi được gọi là tín tâm hoặc lòng sùng mộ, tiếng Tây Tạng là *"dapa"*, lại được phân loại thành ba loại:

- Niềm tin của sự xác tín,

- Niềm tin của sự ước muốn hay khát khao, và

- Niềm tin của sự rộng mở hay đức tin chân thật.

Căn bản của bất kỳ niềm tin nào là sự xác tín. Loại niềm tin đầu tiên là loại quan trọng nhất, bởi nó được phát triển qua sự biện luận rõ ràng. Ta không nên đi theo bất kỳ điều gì với đức tin mù quáng, mà phải tìm ra được một lý lẽ có tính thuyết phục. Ví dụ như có những người tin rằng tham dự vào một cuộc thánh chiến và giết hại người khác sẽ chắc chắn được tái sinh trên thiên đàng. Nếu tin tưởng mù quáng vào điều này mà không có bất kỳ lý lẽ thuyết phục nào thì hàng triệu người có thể bị mê muội, lạc lối.

Đức Phật luôn khuyên rằng đừng tuân theo một vị thầy chỉ vì sự thu hút của ông ta mà trước tiên phải khảo sát lại những giáo lý của vị thầy đó. Bằng cách xem xét kỹ lưỡng giáo lý, ta sẽ khám phá chúng có thật đúng không, và nếu đúng như thế thì ta có thể thực hành theo. Ví dụ như nếu ta mua vàng, ta cũng sẽ kiểm tra xem nó có phải là vàng thật không. Giáo Pháp có đặc điểm là càng phân tích thì ta càng xác quyết là đúng đắn. Tuy nhiên, Đức Phật cũng nhấn mạnh tầm quan trọng của việc mỗi người phải tự mình khám phá Giáo Pháp.

Khi ta được giáo pháp thuyết phục thì loại niềm tin thứ hai tự động theo sau: ta ước muốn chính mình đạt được giác ngộ. Ta sẽ nhận ra rằng đó là điều đúng đắn và muốn thành tựu nó.

Loại niềm tin thứ ba đòi hỏi sự tinh thông cái thấy thanh tịnh và thấu suốt các phẩm tính của sự giác ngộ. Nếu tất cả những điều kiện này cùng hội tụ: mười tám điều kiện cần thiết cho tái sinh đúng đắn, các điều kiện tinh thần cũng như ba loại niềm tin, thì đây là một tình trạng toàn hảo để việc thực hành Giáo Pháp thực sự có kết quả. Nhờ đó, ta có thể phát triển động cơ đúng đắn, có nghĩa là sử dụng Pháp để làm lợi lạc chúng sinh, và không gặp những trở ngại trên đường tu tập.

Nguyên tác: *"We Should Not Waste this Opportunity"*
BUDDHISM TODAY, Vol.3, 1997
của **Khenpo Chodrak Rinpoche**
Nguồn: http://www.abuddhistlibrary.com

ĐỘNG LỰC CỦA TA LÀ
NHỮNG NGƯỜI ĐẶT HY VỌNG NƠI TA

Jetsunma Ahkon Lhamo

Tôi thường cầu nguyện rằng tất cả chúng ta sẽ luôn luôn tiếp cận Pháp như những đứa trẻ thơ. Bởi khi chúng ta bám chấp vào tâm thức của riêng ta, hình ảnh của bản thân ta, năng lực trí thức của ta, ta sẽ đánh mất đi một điều gì đó. Tâm ta trở nên chai cứng. Đối với người thực hành Pháp lâu dài, điều tối cần thiết là phải tiếp cận với Pháp như những đứa trẻ thơ, bởi qua một thời gian dài ta thường sẽ có cảm giác rằng mình không cần phải kiểm soát bản thân nữa. Ta không phải khảo sát tâm ta thêm nữa. Ta không phải thực sự nhìn vào trong tâm thức và xem điều gì đang xảy ra. Vì thế, ta trở nên khô cằn. Ta đánh mất mục tiêu.

Nếu ta tiếp cận Pháp như những đứa trẻ thơ, ta có thể nhớ lại giây phút đầu tiên ta được gặp Giáo Pháp, Pháp trở nên quan trọng đối với ta ra sao, Pháp giải đáp những nghi vấn của ta như thế nào, và Pháp dẫn dắt ta đến việc đưa ra những quyết định nào đó như thế nào. Sự xoay chuyển tâm hướng về Pháp của ta đã được đặt nền tảng trên những gì? Ta đã có được những chứng ngộ nào? Câu trả lời của ta cho các vấn đề căn bản này vẫn còn cần thiết; chúng *vẫn còn* thúc đẩy chúng ta.

Động cơ cho việc tiếp cận Giáo Pháp của chúng ta luôn pha lẫn nhiều yếu tố. Điều chúng ta quên đi là động cơ ấy quyết định hoàn toàn mức độ tu tiến của ta. Nó cày bừa mảnh đất để hạt giống được gieo trồng. Những người gặp khó khăn nhiều nhất trong việc giữ gìn động cơ trong sạch và thực hành phù hợp với động cơ ấy dường như là những người thực hành lâu dài nhất. Bởi ta từng thực hành trong một thời gian dài, ta tin chắc rằng giờ đây ta đã đạt được Pháp. Ta có thể bắt tay ngay vào việc *thực hiện* Pháp. Ta có khuynh hướng quên mất rằng mỗi ngày trong đời ta, là những hành giả, ta cần đi trở lại cùng những tiến trình mà ta đã kinh nghiệm vào lúc bắt đầu, khi ta nỗ lực hoàn toàn xoay chuyển tâm ta hướng về Pháp. Những quyết định ta đã đưa ra, quan điểm ta đã có, những thấu hiểu ta đã đạt tới, những điều đó phải được chứng ngộ thêm nhiều lần nữa. Mỗi ngày ta phải xem xét lại những tai hại của vòng luân hồi sinh tử để có nhận thức mới hơn. Ta phải xét xem điều ta phải đương đầu là gì.

Nói riêng về việc tự xét mình thì những hành giả mới bắt đầu thực hành có một thuận lợi. Họ luôn xem xét động cơ của mình. Họ phải làm thế, bởi họ không hiểu tại sao họ cần phải trở thành một hành giả. Họ không thực sự thấu hiểu những tai hại của luân hồi sinh tử. Họ đang đi qua một tiến trình rất thô sơ, rất mới mẻ. Đối với họ vấn đề thật đơn giản. Thật hết sức quan trọng đối với họ. Họ biết mình chỉ mới vừa củng cố bản thân một cách vững chắc, và vì thế họ thường xuyên suy nghĩ về những vấn đề này. Họ khảo sát về luân hồi, thậm chí có cả những tư tưởng như: "Phải chăng mọi người bạn quen biết và mọi người bạn yêu mến đều sẽ phải chết? Có thật là cho tới lúc này mọi người đều phải chết? Như thế, cuộc đời mà ta biết thì hết sức vô thường. Phải chăng mọi đối tượng vật chất từng mang lại hạnh phúc cho bạn đều vô thường? Có thật là bạn không thể trông chờ gì ở những mối quan hệ - bởi chúng cũng vô thường? Phải chăng bạn không thể hy vọng vào bất kỳ điều kiện riêng lẻ nào, kể cả diện mạo, sức khỏe, trạng thái tâm lý của riêng bạn?"

Ngay cả khi bạn cảm thấy lạc quan nhất, ngay cả khi bạn cảm thấy bạn hoàn toàn thành đạt, khi bạn cảm thấy mình đang nắm cả thế giới trong lòng bàn tay, bạn vẫn biết rằng chút niềm vui nhỏ nhoi đó chắc chắn rồi sẽ đảo lộn! Chúng ta phải liên tục suy ngẫm như thế. Vào lúc bắt đầu chúng ta đã suy ngẫm như thế. Nhưng đối với các hành giả thực hành Pháp khi đã có phần nào trải nghiệm, đã nắm giữ được đôi phần giáo lý, cảm thấy mình đã tiến triển trên đường đạo được ít lâu và cảm thấy một mức độ tự tin nào đó (nếu không phải là sự can đảm giả tạo) - những vị này thường dễ *quên lãng* đi. Họ không nhận ra rằng họ không còn thực hành từ sâu thẳm bên trong họ, không thực hành từ trái tim. Họ nói: "Giờ đây ta đã chứng nghiệm được Pháp, ta có thể ăn mặc như những người của Giáo Pháp, trông ta không khác người của Giáo Pháp, và ta có thể ghi chép Pháp ngữ."

Nhưng những điều đó có gì là quan trọng nếu tâm thức ta vẫn khô cứng như một cái sừng, nếu nội dung của dòng tâm thức vẫn không thay đổi? Bạn có cho rằng việc mặc Pháp phục và thực hành các nghi quỹ có thể là cần thiết nếu trong tâm không chuyển hóa? Hoàn toàn không phải vậy.

Thật không may là khi tiếp cận với Giáo pháp ta thường có khuynh hướng tích lũy chúng. Giống như những món đồ xinh đẹp. Giống như những món châu báu. Và rồi không thấu hiểu giá trị các món châu báu, ta đặt chúng trên một ngăn kệ, chiêm ngưỡng chúng và nói: "Ồ, ta có một trăm món châu báu, và điều đó phải nói lên *ý nghĩa* gì đó về bản thân ta." Nhưng nếu bạn không thay đổi tận sâu thẳm con người bạn, và nếu động cơ tu tập của bạn không đúng đắn, bạn có thể có đến một triệu món châu báu và điều đó không nói lên ý nghĩa gì về bạn, trừ ra một điều là việc bạn đã đi lệch hướng.

Động cơ mà bạn nên có khi tiếp cận Giáo pháp là gì? Các Lạt-ma nhiều lần chỉ dạy chúng ta: Đó là tâm Bồ-đề. Bạn nên nghĩ: "Vì lợi ích của chúng sinh, tôi sẽ thực hành một cách thích hợp." Và chỉ vì lợi lạc của chúng sinh, bởi giá trị của Pháp nằm ở chỗ nó có thể chấm dứt đau khổ - một lời hứa mà chính Đức Phật đã đưa ra. Nếu chúng ta thực hành một cách chân thành thì bản thân ta có thể đem lại một vài lợi lạc cho những ai đang đau khổ. Và cuối cùng chúng ta có thể quay trở lại trong một Hóa Thân để thúc đẩy những người khác hướng tới giác ngộ, hay để trực tiếp ban tặng họ Giáo pháp.

Nếu bản thân bạn không quán sát thế giới và nhìn thấy sự đau khổ, cũng như luôn hài lòng với hiện trạng, thì bạn sẽ không là một hành giả. Có quá nhiều người đói khát, chiến tranh, đau khổ, vô minh, hận thù, và quá nhiều người không hiểu về luật nhân quả vốn không bao giờ sai lệch. Dù bạn có là một hành giả lâu năm, hay thậm chí là một tu sĩ xuất gia, thì điều đó cũng không thành vấn đề. Nếu tâm Bồ-đề không phải là động lực chính yếu mỗi khi bạn nghe được một Pháp âm, đọc được một Pháp ngữ, hay thậm chí được nhìn thấy một hình ảnh có liên hệ với Pháp, thì đó là bạn đã đi lệch hướng, và nguyện lực của tâm Bồ-đề sẽ không chín mùi trong dòng tâm thức của bạn.

Một trong những vị thầy của tôi từng bảo tôi rằng, ngài thấy mình đã dành trọn cả đời để gieo rắc những hạt giống và có quá ít trong số đó rơi được trên mặt đất. Hầu hết các hạt giống đã rơi trên sỏi đá và những vùng khô cằn. Cảm nhận như thế của vị Thầy này - người mà tôi hết sức quý trọng - làm tan vỡ trái tim tôi. Nhưng đó là lỗi của chúng ta, bởi chúng ta quên lãng. Nếu động lực để thực hành của ta không phải là lòng bi mẫn, mà là bất kỳ điều gì khác hơn việc liên tục nhận thức về khổ đau của chúng sinh cho đến mức ta thấy như không thể chịu đựng nổi, thì sự thực hành chỉ là vô ích.

Mỗi sáng ta nên thức dậy trong sự thấu hiểu rằng có những người khác trên khắp thế giới đang thức giấc trong sự đói khổ. Ta có thể đi dùng điểm tâm, nhưng họ thì không. Mỗi sáng ta nên thức dậy trong sự thấu hiểu rằng ngày hôm nay ta có thể thực hành Pháp. Ta có thể làm điều gì đó nhằm thay đổi tình trạng của ta. Ta có một sức tác động để phát triển cuộc đời ta. Có những người khác *chỉ tiếp tục* - một cách vô thức, thiếu tỉnh giác, không có ý niệm gì về những mối liên hệ nhân và quả. Có những người khác tiếp tục chịu đựng khổ đau thật khủng khiếp.

Tôi nhớ lại nỗi buồn mênh mông khi nhìn những con bò ở Ấn Độ kéo những cỗ xe khổng lồ từ sáng sớm cho tới tối mịt và bị quất bằng roi suốt ngày. Đó không chỉ là nỗi khổ của con người - ta cần phải xúc động trước nỗi khổ của *tất cả* chúng sinh, bởi về bản chất thì tất cả đều như nhau. Tất cả chúng sinh đều có tánh Phật; chúng sinh sẵn có hạt giống đó. Và đây là những chúng sinh đặt hy vọng vào ta. Bởi nếu ta có thể nghĩ đến họ thì sẽ có một sự nối kết. *Họ* không có phương pháp. *Họ* không có thực hành. Họ không có gì khác hơn ngoài bất kỳ ý hướng thanh tịnh nào mà ta có thể khơi dậy nơi họ. Và vì thế chúng ta không thể phí phạm một khoảnh khắc. Chúng ta không thể lãng phí dù chỉ là một giây. Chúng ta có trách nhiệm đối với những chúng sinh này.

Khi thực hành bạn nên nghĩ tưởng tới tất cả vô lượng chúng sinh từ nhiều đời nhiều kiếp đã lang thang và trôi lăn vô tận trong luân hồi và bạn đã từng có một liên hệ nào đó với họ, dù là có nghĩa hay vô nghĩa. Tôi có thể nói chắc với bạn - hoàn toàn chắc chắn - là sẽ có một ngày nào đó bạn gặp lại họ. Và nhờ vào sự thuần tịnh trong ý hướng của bạn cùng với sức mạnh của sự thực hành, bạn sẽ giúp đỡ và khích lệ họ.

Và chỉ duy nhất lòng từ bi *của bạn* là sẽ đem lại lợi lạc cho họ. Bạn sẽ có thể đưa họ tới chỗ chấm dứt khổ đau. Bạn phải ghi nhớ và thực hành sao cho phù hợp với điều đó.

Bạn phải nhớ rằng, hiện *giờ* bạn không có được quyền năng để nhìn vào mắt ngay cả con cái bạn, những người bạn yêu thương nhất - người yêu, chồng hay vợ của bạn, bạn không có quyền năng để nhìn vào mắt họ và nói: "Tôi sẽ luôn chăm sóc quý vị. Tôi sẽ dõi theo quý vị. Tôi sẽ bảo đảm rằng quý vị bình an vô sự." Bạn không thể hứa ngay cả với con cái rằng bạn sẽ luôn nuôi dưỡng chúng. Bạn không thể thực hiện lời hứa đó cho họ, bởi họ sẽ chết, và nếu bạn không thực hành, bạn sẽ không có năng lực để thấy rằng họ sẽ hạnh phúc trong đời sau. Chỉ có một cách giúp bạn có thể thực hiện lời hứa ấy. Và đó là nhờ vào sự chân thành và thuần tịnh trong ý hướng cùng với sự thực hành của bạn. Nhưng bạn *có thể làm điều đó*. Nhờ nương vào đại nguyện của Guru Rinpoche (Đức Liên Hoa Sanh), giờ đây bạn có thể thực hiện những điều này.

Bạn có thể phát nguyện rằng trong đời sau bạn sẽ có thể chăm sóc, giúp đỡ những người mà hiện nay bạn rất yêu quý và hỗ trợ họ cho tới khi họ thành tựu chứng ngộ. Bạn có thể cầu nguyện rằng họ sẽ gặp được Chánh Pháp và bước đi vững chắc trên đường tu tập. Và nguyện lực đó sẽ tạo nên một sự khác biệt. Trong suốt cuộc đời mình, bạn phải thực hành tu tập, biết chắc rằng bạn có trách nhiệm đối với họ, biết chắc rằng bạn sẽ giúp đỡ, chăm sóc họ. Và biết chắc rằng đó là phương cách duy nhất để bất kỳ sự yêu thương nào có thể trở nên có ý nghĩa.

Vì thế bạn nên đến với Pháp bằng trái tim trẻ thơ, hy vọng rằng trong tương lai bạn sẽ có thể giải thoát khổ đau cho những ai mà bạn từng có liên hệ. Các Lạt-ma dạy chúng ta rằng, một ngày nào đó những người ta yêu thương sẽ đến với ta. Bây giờ là lúc ta phải thực hành để không làm họ thất vọng. Đừng ruồng bỏ họ. Đừng lãng quên họ. Hãy giữ gìn họ một cách cẩn trọng như giữ gìn hơi thở của chính mình. Và hãy quan tâm nhiều hơn nữa. Bởi giờ đây nếu bạn thực hành tu tập, bạn sẽ gặp lại họ. Đừng quên rằng họ là những người đặt hy vọng nơi bạn.

Nguyên tác: **"Our Motivation is For Those Who Have Hopes of us"** của **Jetsunma Ahkon Lhamo**
http://tara.org/teachings.htm

ĐIỀU KỲ DIỆU CỦA SỰ LỄ LẠY

Lạt-ma Gendyn Rinpoche

TẠI SAO CHÚNG TA LỄ LẠY?

1. Tịnh hóa tánh kiêu mạn

Trước tiên, chúng ta nên biết tại sao ta lễ lạy. Ta không lễ lạy để được người khác yêu quý. Ta không lễ lạy vì Đức Phật. Những ý niệm như thế hoàn toàn sai lầm. Đức Phật không phải là một thần linh của thế giới này. Chúng ta lễ lạy để tịnh hóa mọi tình huống trong quá khứ khi ta không kính trọng người khác. Vì chỉ quan tâm đến những thỏa mãn riêng tư và chính bản thân mình, ta đã có nhiều hành vi bất thiện.

Sự lễ lạy giúp ta nhận thức rằng có điều gì đó còn có ý nghĩa hơn chính bản thân ta. Theo phương cách này chúng ta tịnh hóa tánh kiêu mạn mà ta từng tích tập trong vô lượng kiếp khi suy nghĩ: "Ta đúng," "Ta tốt đẹp hơn những người khác," hay "Ta là người quan trọng nhất." Trải qua vô lượng kiếp, chúng ta đã phát triển sự kiêu mạn, vốn là nguyên nhân của những hành động, và đã tích tập nghiệp, vốn là một nguồn gốc của những khổ đau và bất ổn. Mục đích của sự lễ lạy là để tịnh hóa nghiệp này và chuyển hóa tâm ta. Sự lễ lạy giúp ta nương tựa vào điều gì đó có ý nghĩa hơn sự kiêu mạn và chấp ngã của ta. Theo cách này, nhờ sự hoàn toàn xác tín và sùng mộ, chúng ta buông bỏ được mọi thứ ta đã từng tích tập do tánh kiêu mạn.

2. Tịnh hóa thân, ngữ, và tâm

Khi lễ lạy ta tác động lên bình diện thân, ngữ, và tâm. Kết quả của việc thực hiện lễ lạy là một pháp tịnh hóa hết sức mạnh mẽ và triệt để. Thực hành này làm tan biến mọi điều bất tịnh, bất luận chúng thuộc loại nào, bởi chúng hoàn toàn được tích tập qua thân, ngữ, và tâm của ta. Sự lễ lạy tịnh hóa tất cả ba bình diện.

Qua phương diện vật lý (thân) của việc lễ lạy, chúng ta tịnh hóa thân thể ta. Ta cúng dường thân ta cho Tam Bảo và tất cả chúng sinh, cầu mong mọi nguyện ước của họ được hoàn thành. Ta tịnh hóa ngữ của ta nhờ lặp lại thần chú quy y và ý nghĩa ta gán cho nó. Nhờ sự xác tín nơi Tam Bảo ta phát triển thái độ giác ngộ và lòng sùng mộ. Bởi tỉnh giác về những phẩm tính toàn hảo của sự quy y (nương tựa) và cúng dường mọi sự cho đối tượng quy y, những ngăn che trong tâm ta biến mất.

Khi thân, ngữ, và tâm ta được tịnh hóa, ta nhận thức rằng điều mà lúc đầu ta cho là thân ta thì thực sự là một hiển lộ của sự Giác ngộ như lòng bi mẫn tích cực. Điều mà lúc đầu ta nghĩ là ngữ của ta thì thực sự là biểu lộ của Giác ngộ trên bình diện của sự hỷ lạc; tâm ta là bình diện chân lý của sự Giác ngộ. Chúng ta có thể nhận ra thực tại giác ngộ của thân, ngữ, và tâm ta - sự tràn đầy chân lý trí tuệ của chúng mà lúc ban đầu ta không ý thức được. Chúng ta nhận thức rằng thực hành này có thể dẫn dắt ta tới mục tiêu của ta là sự Giác ngộ, bởi ba bình diện biểu lộ trạng thái của một vị Phật xuất hiện tức thì khi ba bình diện của sự hiện hữu của ta - thân, ngữ và tâm - đã được tịnh hóa. Chúng ta không phải kiếm tìm Giác ngộ ở nơi nào khác. Chúng ta không phải săn đuổi bất kỳ chứng ngộ viên mãn nào. Ba bình diện của Giác ngộ là những phẩm tính bẩm sinh chân thực của thân, ngữ và tâm của chính ta. Trước đây ta đã không nhận ra điều đó. Sự lễ lạy giúp ta khám phá ra nó.

3. Những lợi ích về thể chất của việc lễ lạy

Việc lễ lạy ảnh hưởng mạnh mẽ tới sự quân bình và hài hòa trong thân thể ta. Những sự tắc nghẽn trong các kinh mạch năng lực của thân thể từ từ tan biến. Điều này giúp cho ta tránh được các bệnh tật, sự thiếu hụt năng lực, và những vấn đề khác. Tâm ta trở nên trong sáng hơn, khả năng hiểu biết của ta tăng trưởng.

Trạng thái của tâm trong khi lễ lạy

Chúng ta nên lễ lạy với sự hoàn toàn xác tín, hoan hỷ và với động lực để làm lợi lạc cho người khác.

1. Xác tín

Chúng ta nên có sự xác tín nơi những phẩm tính toàn hảo của Tam Bảo và tin chắc rằng sự gia trì của Tam Bảo có thể giải trừ những ngăn che của tâm ta. Sự gia trì có thể xuất hiện và sự tịnh hóa có hiệu quả khi xác tín của ta nơi thân, ngữ, và tâm tương ứng với những phẩm tính chuyển hóa của thân giác ngộ, ngữ giác ngộ và tâm giác ngộ - những nguồn mạch của sự quy y. Nếu chúng ta không có sự xác tín và không thể mở lòng ra trước Tam Bảo thì sự lễ lạy sẽ chỉ là một trò phô diễn.

2. Động lực làm lợi lạc người khác

Khi lễ lạy, ta nên thấu hiểu rằng những thiện hạnh là suối nguồn hạnh phúc của tất cả chúng sinh. Lễ lạy là một điển hình tốt đẹp của sự thật này. Khi ta thực hành với thân, ngữ và tâm, ta cúng dường năng lực của ta cho người khác khi ước muốn nó mang lại hạnh phúc cho họ. Ta nên hoan hỷ về sự thật này và thực hành lễ lạy với sự hỷ lạc.

THỰC HÀNH ĐÚNG ĐẮN

1. Quán tưởng cây quy y

Ta quán tưởng toàn thể cây quy y trong không gian trước mặt ta. Trước tiên ta quán tưởng Đức Dorje Chang (Kim Cương Trì) - vị Lạt-ma tượng trưng cho mọi suối nguồn của sự quy y. Ta quán tưởng Lạt-ma là trung tâm của cây quy y. Ta nên hoàn toàn tỉnh giác rằng Dorje Chang là vị Thầy của ta và Ngài là tâm Lạt-ma của ta. Ta nghĩ tưởng về Dorje Chang để quả quyết rằng sự hiển lộ bản tánh của tâm không bị ô nhiễm bởi những tư tưởng quen thuộc của ta. Chúng ta quán tưởng thân tướng thanh tịnh toàn hảo này để giúp duy trì cái thấy thanh tịnh, cái thấy của trí tuệ. Cùng lúc đó ta duy trì sự tỉnh giác rằng Dorje Chang là tâm Lạt-ma của ta. Mọi sự xuất hiện trong không gian trước mặt ta giống như một cầu vồng hay sự phản chiếu của tấm gương, không phải là một sự vật. Nếu ta gặp khó khăn trong việc quán tưởng toàn thể cây quy y thì ta nên xác tín rằng tất cả các đối tượng quy y thực sự ở trước mặt ta cho dù ta không thể lưu giữ các đối tượng ấy trong tâm ta.

2. Tỉnh giác về bản thân ta và những người khác

Chúng ta không đơn độc trong khi thực hành. Bao quanh ta là chúng sinh đầy khắp toàn thể vũ trụ. Ta quán tưởng cha ta ở bên phải và mẹ ta ở bên trái. Khi ta đứng giữa cha mẹ trong đời này, ta nhận thức rằng mỗi một và mọi chúng sinh không loại trừ ai, đều đã từng là cha mẹ của ta trong đời trước nào đó. Điều này giúp ta nhớ lại thiện tâm của tất cả cha mẹ của ta, tất cả chúng sinh, là những người đã giúp đỡ ta suốt trong vô lượng kiếp.

Ta quán tưởng những người ta xem như những kẻ thù của ta ở trước mặt, giữa cây quy y và chúng ta. Ta nghĩ về những người gây ra cho ta các bất ổn và làm trở ngại việc thực hiện những chương trình của ta. Tất cả những người này rất quan trọng, bởi họ giúp ta phát triển những phẩm tính như sự nhẫn nhục và lòng bi mẫn. Chúng ta thường muốn tránh né những người như thế. Ta cố giữ một khoảng cách với họ. Ta không muốn nghĩ về họ. Việc đặt họ ở trước mặt ta giúp ta không quên họ. Việc đối xử với những kẻ thù theo cách như thế bảo vệ cho ta không bất kính đối với họ.

Chúng ta tập trung vào cây quy y. Ta tin tưởng rằng sự quy y có thể giải thoát tất cả chúng sinh khỏi nỗi đau khổ của sinh tử và có thể che chở ta khỏi bị phiền não mà nỗi khổ này gây ra. Trong một tâm thức như thế, được vây quanh bởi tất cả chúng sinh, chúng ta bắt đầu lặp lại thần chú quy y. Mọi sự quanh ta bắt đầu rung động. Ta kinh nghiệm ánh sáng mạnh mẽ phát ra từ cây quy y. Ánh sáng chiếu sáng chúng ta do bởi lòng sùng mộ của riêng ta. Điều này làm tâm thức chúng ta rộng mở hơn nữa. Sau đó ta bắt đầu lễ lạy. Chúng ta là những Đạo sư của buổi lễ và hướng dẫn toàn bộ thực hành. Việc lễ lạy của ta lập tức gây cảm hứng khiến tất cả chúng sinh bắt đầu thực hành tương tự. Ta nghe tất cả chúng sinh lặp lại thần chú và thực hành lễ lạy. Những rung động này tràn ngập toàn thể vũ trụ.

Thay vì chỉ tập trung vào bản thân ta, việc duy trì một thị kiến như thế mở rộng hoạt động của ta. Một mặt, nó mang lại cho ta sức mạnh, mặt khác nó cho ta động lực để thực hành. Tất cả chúng sinh cùng lễ lạy với ta mang lại cho ta sự khích lệ. Khi kinh nghiệm lượng năng lực khổng lồ từ tất cả chúng sinh đang lễ lạy, chúng ta cảm thấy tin tưởng và sùng mộ Tam Bảo hơn nữa. Cảm giác "đồng hành cùng đám đông" giúp chúng ta nhanh chóng hoàn thành việc lễ lạy và trải nghiệm hạnh phúc lớn lao trong thời gian thực hành.

3. Ý nghĩa tượng trưng của mỗi yếu tố trong hành vi lễ lạy

Để mang lại cho việc thực hành một tầm kích tối thượng, chúng ta nên chú ý tới ý nghĩa tượng trưng của một lễ lạy.

Khi đôi bàn tay chắp lại của ta chạm vào trán, ta khẩn cầu các đối tượng quy y ban cho sự gia hộ của thân các ngài. Đồng thời ta quán tưởng rằng sự gia hộ từ thân giác ngộ của các ngài chiếu tỏa vào ta, xuyên qua thân ta và làm tan biến những che chướng.

Sau đó đôi bàn tay chắp lại của ta chạm vào cổ họng. Chúng ta khẩn cầu sự gia hộ của ngữ. Đồng thời ta nghĩ tưởng rằng sự gia hộ của ngữ giác ngộ của các ngài phát ra từ những đối tượng quy y và tịnh hóa mọi che chướng mà ta từng tích tập qua ngữ của ta. Trong phương cách như thế ta thoát khỏi những che chướng này.

Khi đôi bàn tay ta chạm vào tim, ta khẩn cầu các đối tượng quy y gia hộ từ tâm giác ngộ của các ngài. Nó giúp ta thoát khỏi mọi ngăn che và những tà kiến trong tâm. Ta tin tưởng rằng mọi ước muốn xấu xa ta chất đầy tâm thức từ vô thủy hoàn toàn được tịnh hóa.

Ta nên nghĩ rằng, ta đang nhận sự gia hộ trọn vẹn của thân, ngữ, và tâm giác ngộ từ Tam Bảo. Nhờ năng lực của sự gia hộ này, mọi ngăn che, nghiệp xấu, và những khuynh hướng tiêu cực trong thân, ngữ, và tâm ta được tịnh hóa. Chúng ta hoàn toàn thanh tịnh và bất khả phân với thân, ngữ, và tâm của Lạt-ma và Tam Bảo.

Khi năm điểm (hai đầu gối, hai bàn tay, và trán) của thân ta chạm mặt đất, ta nên nhận thức rằng năm cảm xúc phiền não - tham, sân, si, kiêu ngạo và ganh tị - ra khỏi thân ta và biến mất trong đất. Theo phương cách như thế, chúng ta kinh nghiệm sự tịnh hóa trọn vẹn.

Hai phương diện của sự lễ lạy, việc làm tan biến những độc chất của tâm và nhận sự gia hộ của Tam Bảo, tạo nên sự chuyển hóa tham, sân, si, kiêu ngạo và ganh tị thành năm trí tuệ tương ứng. Ta nên xác tín rằng sự chuyển hóa này thực sự xảy ra, tin rằng ta có khả năng bẩm sinh, tự nhiên để phát triển những trí tuệ này.

Phương diện tượng trưng này của sự lễ lạy sẽ chỉ phát huy tác dụng nếu ta có sự xác tín. Sự xác tín của ta có thể mang lại cho ta sự tịnh hóa vĩ đại này. Việc thực hành mà không có sự xác tín chỉ giống như bài tập thể dục nhịp điệu.

4. Sự cần thiết của lòng kính ngưỡng

Càng lễ lạy thì lòng kính ngưỡng của ta sẽ càng tăng trưởng. Cuối cùng ta sẽ đạt đến mức không còn nghĩ rằng thân, ngữ và tâm ta khác biệt với thân ngữ, và tâm của Tam Bảo. Những lễ lạy mang lại một kết quả kỳ diệu; chúng là suối nguồn của một sự gia hộ hết sức mạnh mẽ và một sự tịnh hóa lớn lao. Ta không nên nghĩ rằng việc lễ lạy chỉ bao gồm một hoạt động của thân thể ta. Sự gia hộ và tịnh hóa xuất hiện chủ yếu là bởi lòng kính ngưỡng.

5. Tăng trưởng sức mạnh của việc thực hành

Ta thực hành với một tâm thức mở trống. Ta không nên nghĩ rằng ta là người duy nhất lễ lạy. Tất cả chúng sinh đang thực hành lễ lạy cùng ta. Ta không phải giới hạn tư tưởng khi chỉ nghĩ tới bản thân ta. Ta không nên tự khẳng định bằng cách nghĩ: "Tôi đang lễ lạy." Nếu nghĩ như thế, ta tích tập tiềm năng tốt lành tương ứng với hành động đang lễ lạy. Nếu ta nghĩ rằng tất cả chúng sinh đang thực hành lễ lạy cùng ta, tiềm năng tốt lành mà ta tích tập sẽ còn to lớn hơn nữa. Khi đang thực hành lễ lạy ta nên nghĩ rằng một trăm hóa thân của ta đang lễ lạy cùng ta. Nếu ta có thể quán tưởng thì thực hành của ta sẽ mạnh mẽ hơn. Ta không nên tính thêm các lễ lạy nếu ta quán tưởng có thêm chúng sinh đang lễ lạy cùng ta. Đây chỉ là một trong những phương pháp đặc biệt của Kim Cương thừa trợ giúp thực hành của ta được mạnh mẽ.

6. Nối kết lễ lạy với việc làm an định tâm

Sau một thời gian, thân thể ta sẽ mỏi mệt. Đây là giây phút hữu ích để thực hành an định tâm. Khi thân và tâm mệt mỏi, tham muốn giảm bớt đi. Nếu ta ngưng lễ lạy một lát thì tâm ta tự nó sẽ an tĩnh một cách tự nhiên mà không cần phải dụng công. Sau một thời gian thân và tâm ta đã được nghỉ ngơi, tâm ta lại trở nên xao động. Đây là dấu hiệu để bắt đầu lại việc lễ lạy. Khi chúng ta luân phiên thay đổi sự lễ lạy và an định tâm thì ta có thể thực hành không ngừng nghỉ.

Tiếp cận nỗi khổ đau

Đôi khi ta có thể kinh nghiệm những khó khăn trong việc thực hành lễ lạy. Đau đớn và mệt nhọc sẽ xuất hiện trên đường đi của ta. Luôn luôn có một vài mối quan tâm: đau đớn ở đầu gối, khuỷu tay, lưng dưới, mọi nơi. Không có lý do gì phải nhụt chí vì điều đó hay mất niềm tin ở việc thực hành. Ta cũng không nên làm mạnh mẽ thêm cảm xúc bằng cách tự nói: "Tôi đau đớn quá, tôi cảm thấy rất yếu." Nếu làm thế, chúng ta hoàn toàn tự ngăn trở mình. Ta mất đi khả năng hành động. Khi sự đau đớn được cho phép "có quyền", nó có thể trở thành một chướng ngại thực sự trên con đường thực hành xa rộng hơn nữa của ta. Ta nên sử dụng mọi kinh nghiệm khó chịu, dù thuộc tinh thần hay thể xác, như một phương tiện để giác ngộ. Những kinh nghiệm như thế nên khích lệ chúng ta hướng tới nỗ lực to lớn hơn trên con đường của ta.

Mọi sự ta kinh nghiệm phụ thuộc vào trạng thái tâm của ta. Nếu ta muốn kinh nghiệm sự việc một cách khác hơn thì ta phải thay đổi trạng thái tâm. Nếu ta thành công trong việc chuyển hóa một cách hiệu quả nỗi khổ của ta thành một kinh nghiệm tích cực và lợi lạc, thì nỗi khổ sẽ hoàn toàn biến mất không để lại dấu vết nào. Điều này sẽ cho ta thêm hạnh phúc và hỷ lạc.

Việc lễ lạy là một phương cách tích tập tiềm năng thực sự tốt lành. Đó là một phương pháp dễ dàng và hiệu quả để tịnh hóa những hành vi tiêu cực của chúng ta trong quá khứ. Ngược lại, nếu vì đau đớn và mệt nhọc mà chúng ta tiếp tục lễ lạy trong sự chán nản thì sự tịnh hóa đích thực sẽ không xảy ra.

Phương pháp đối phó với những kinh nghiệm khó chịu

1. Giảm bớt nghiệp

Chúng ta không nên nghĩ rằng đau khổ là một điều hết sức nghiêm trọng. Nên nhớ rằng đau khổ chỉ là nghiệp, nó vô thường như mọi sự khác. Đau khổ có lúc chấm dứt. Khi nghiệp của ta chín mùi, ta nên duy trì sự thanh thản và quán sát dòng chảy tự nhiên này của các sự việc. Nếu chúng ta thực hành với sự hiểu biết đầy đủ về lẽ vô thường của nghiệp, thì nghiệp tự nó sẽ tan biến. Nghiệp không phải là cái gì chúng ta phải chấp nhận hay từ bỏ. Nó giống như việc ta bắt buộc phải thanh toán các hóa đơn vốn được tự động đưa đến. Khi ta đã trang trải những món nợ của ta, nghiệp sẽ tự nó biến mất và không có gì để phải từ bỏ.

2. Tịnh hóa nghiệp bằng sự khó chịu thể xác

Việc thực hành Pháp dứt trừ những ngăn che và ô nhiễm vốn là kết quả những hành vi trước đây của ta. Ta nên nhận thức sự khó chịu thể xác mà ta kinh nghiệm trong khi thực hành là kết quả lòng bi mẫn của Tam Bảo. Nỗi khổ tương đối nhỏ bé này giải tan nghiệp tương lai khiến nó không chín mùi. Vì lý do này, ta nên kinh nghiệm nỗi khổ thân xác với sự hỷ lạc và xác tín. Những kinh nghiệm khó chịu như thế cho thấy sự thực hành đang phát huy tác dụng. Việc sử dụng những phương pháp tịnh hóa có thể dẫn tới nhiều kinh nghiệm khó chịu trên bình diện thân, ngữ và tâm. Đồng thời, ta đang thoát khỏi những khó khăn và ngăn che trong tâm thức ta. Khi ta kinh nghiệm sự tịnh hóa như kết quả của sự thực hành, sự xác tín của ta vào Tam Bảo càng tăng trưởng. Ta cảm thấy biết ơn sâu xa bởi những điều khó chịu tương đối nhỏ nhặt này sẽ giúp ta thoát khỏi những điều kiện mà nếu chín muồi sẽ là những nỗi khổ lớn lao hơn nhiều.

3. Ý thức về sự chấp ngã nhờ đau khổ

Ta nên xem mỗi đau khổ là một pháp đối trị cho sự chấp ngã. Việc kinh nghiệm nỗi khổ của riêng ta tự nó là một bằng chứng của thái độ xem "ta là trung tâm điểm" của mọi hiện tượng. Đồng thời, những tình huống như thế (khi ta kinh nghiệm đau khổ) mang lại cho ta khả năng thoát khỏi sự chấp ngã. Nếu ta không có ảo tưởng về bản ngã thì ta có thể không phải chịu đựng đau khổ. Ta cũng nên thấu suốt nguyên nhân nỗi khổ: ta phải chịu đựng nó là do những hành vi trước đây của ta, vốn được tạo ra bởi sự chấp ngã. Bởi quá chú trọng vào bản thân, ta gieo trồng nhiều chủng tử nghiệp mà giờ đây chín muồi thành đau khổ. Ta có thể xem đau khổ như một bài học chỉ rõ cho ta kết quả của những hành vi vốn nảy sinh từ việc chú trọng vào bản thân. Từ vô thủy đến nay, sự chấp ngã này đã là nguyên nhân khiến chúng ta bị vướng kẹt trong vòng luân hồi sinh tử.

4. Quán sát bản ngã

Bản ngã bao giờ cũng đòi hỏi được thỏa mãn. Khi mọi sự đều tốt đẹp thì bản ngã ta hài lòng và cố gắng duy trì tình trạng đó. "Bản ngã" của ta bám dính vào sự hài lòng này và tâm ta bị đau khổ vì tham muốn - do sự độc hại của tham luyến. Khi những hoàn cảnh tốt đẹp mất đi, bản ngã vẫn bám dính vào chúng vì nó muốn được thỏa mãn. Sự khát khao và tham muốn càng xuất hiện nhiều hơn trong tâm ta. Trong những tình huống khó chịu thì bản ngã phản ứng bằng sự giận dữ và thù ghét. Nó cố gắng né tránh những tình huống khó chịu ấy và muốn thay vào đó bằng những kinh nghiệm dễ chịu. Theo cách này, tâm ta phiền muộn và không vui. Chúng ta có thể nhận ra tác động liên tục của bản ngã trong mọi tình huống. Nó không ngừng phân loại những kinh nghiệm là dễ chịu hay khó chịu. Nếu thuận theo bản ngã thì ta sẽ tích tập những nghiệp mà sớm muộn gì cũng sẽ chín mùi thành những loại đau khổ khác nhau.

5. Kinh nghiệm khó chịu là sự thử thách tính kiên trì

Ta nên nhớ đến lời phát nguyện của ta là sử dụng thân, ngữ, và tâm ta để làm lợi lạc chúng sinh. Khi biết rằng ta làm việc vì lợi ích của tất cả chúng sinh, ta nên giữ gìn tâm nguyện ấy, điều phục những khó khăn nội tại của ta và tiếp tục sự thực hành tu tập.

Nguyên tác: "**Lama Gendyn Rinpoche on PROSTRATIONS**"
của **Lama Gendyn Rinpoche**

Peter Piasecki và Susan Bixby
dịch sang Anh ngữ từ
tạp chí Ba Lan *Diamentowa Droga*
(*Con đường Kim Cương*).

BUDDHISM TODAY, Vol.5, 1998
Kamtsang Choling, USA

http://www.purifymind.com/Prostrations.htm

LỜI CẦU NGUYỆN ĐỂ NHẬN RA NHỮNG LỖI LẦM CỦA RIÊNG CON VÀ GHI KHẮC TRONG TÂM NHỮNG ĐỐI TƯỢNG QUY Y

Đức Dudjom Rinpoche

Kính lễ Guru.
Đức Phật Thích-ca Mâu-ni, Đấng Chiến Thắng.
Bậc dẫn đạo siêu phàm của cõi giới trong thời đại may
*   mắn này,*
Các Trưởng tử của Đấng Chiến Thắng,
Tập hội các Bồ Tát cao quý điều phục chúng sinh,
Guru, vị cứu tinh vô song của chúng sinh trong thời
*   đại tối ám,*
Ba Gốc và những Hộ Pháp kết chặt-lời thệ nguyện
Con không ngừng cầu khẩn tự đáy lòng,
Kêu cầu các ngài với lòng khao khát và nhất tâm
Xin chú tâm tới con.
Xin gìn giữ con với lòng trìu mến
Và năng lực lòng bi mẫn tự tại của các ngài
Xin ban ân phước để tư tưởng và mục đích của con
được thực hiện phù hợp với Pháp.

Nhờ những hành động trong quá khứ, đã tạo thành
*   công đức,*
Mà con có được đời người quý báu này.
Nhờ công đức không quá mỏng manh trong quá khứ,
Con đã gặp Giáo Pháp siêu việt.
Được Guru chấp nhận, con đã có thể nhận được những
*   quán đảnh,*

Những sự gia hộ, và những giáo huấn thiết yếu,
Là toàn bộ tài sản giờ đây con đang có trong tay.

Nhưng tâm thức con như chú khỉ ngốc nghếch,
bị rơi vào vòng kiềm tỏa,
của con quỷ phóng dật hấp dẫn, dối lừa
Và con không thể tận dụng được tài sản của chính con.
Vì thế, sự sinh ra làm người tự do, thuận lợi này
Cùng với giáo lý của Lạt-ma, cả hai đều bị lãng phí.

Giờ đây con đang ở một bước ngoặt:
Mọi giáo lý con đã khẩn cầu,
Mọi điều con thọ nhận, giống như một huyền thoại.
Con có thân tướng của một người tu hành,
Và có sự cao ngạo của hành giả;
Nhưng tâm con không thể thâm nhập Chân Pháp.
Không có dù chỉ một dấu vết của Giáo Pháp thông
*   thường,*
Thánh Pháp thì lại càng ít ỏi hơn nữa,
Mười sáu quy luật hành xử bình thường trong xã hội,
Tất cả chỉ là những gì con đã từng nghe nói.
Nhìn mình cư xử tồi tệ, con không xấu hổ;
Người khác nhìn con, con chẳng ngượng ngùng;
Mối ràng buộc của con với Pháp ngắn ngủi như đuôi
*   con ma-mốt.*[1]
Không thể thực hành đúng đắn mười thiện hạnh của
*   Chân Pháp,*
Nuôi dưỡng những định kiến phân biệt đối với giáo lý
*   của một vị Phật,*
Con phỉ báng giáo lý và những bậc vĩ đại.
Một sự tích tập nghiệp xấu xa.

---

[1] Ma-mốt (marmot): con vật cùng loài với sóc (thuộc họ Sciuridae), có đuôi rất ngắn.

Căn cứ vào Pháp,
Con mang một khối lượng khổng lồ những ác hạnh.
Càng nhận nhiều giáo lý,
Cái thấy của con về mình càng phình lớn,
Dù những phân tích trí thức không thể thâm nhập
Ý nghĩa sâu xa của các giáo lý.
Với sự tự cao, con nghĩ: "Ta giữ những giới luật Biệt
   Giải thoát!"
Nhưng bốn thực hành Pháp[1] đã biến mất không chút
   dấu vết.
Với sự tự cao, con nghĩ: "Ta có hạnh Bồ Tát quý báu!"
Nhưng Bốn Tâm Vô Lượng[2] thì chỉ như những hình vẽ
   của một ngọn đèn.[3]
Với sự tự cao, con nghĩ: "Ta giữ các giới nguyện (samaya)
   của Kim Cương thừa!"
Nhưng, không xem trọng sự vi phạm giới nguyện gốc
   đầu tiên,[4]
Con bất cần những giới nguyện còn lại.
Con có thể giảng nghĩa lưu loát Bốn tư tưởng xoay
   chuyển tâm về Pháp,[5]

---

[1] Bốn thực hành Pháp: không đáp trả lời lăng nhục; không đáp trả hành động lăng nhục; không dùng sân hận đáp trả sân hận; không đáp trả bằng sự khiêu khích mặc dù ta bị khiêu khích.

[2] Bốn Tâm Vô lượng (Tứ vô lượng tâm): là các tâm từ, bi hỷ và xả. Vị Bồ Tát thực hành các tâm này rộng mở không giới hạn nên gọi là bốn tâm vô lượng. (ND)

[3] Những hình vẽ của một ngọn đèn: nghĩa là chỉ trông giống như ngọn đèn nhưng không hề có công năng chiếu sáng. (ND)

[4] Sự vi phạm samaya gốc đầu tiên: xúc phạm, phỉ báng vị thầy của mình.

[5] Bốn tư tưởng xoay chuyển tâm về Pháp: Luôn ghi khắc trong tâm: 1) sự hiếm quý của việc sinh ra làm người với sự tự do và thuận lợi; 2) không thể tránh khỏi cái chết; 3) không thể thoát khỏi nghiệp, nhân và quả; 4) nỗi khổ mênh mông vốn có của luân hồi sinh tử.

Nhưng việc con vướng mắc vào các hiện tượng,
Cho thấy bổn tâm con không thực sự chuyển hóa.
Mặc dù con nương tựa một vị Thầy, sự tôn kính và
    sùng mộ dần dần suy giảm;
Thay vì có tri giác thanh tịnh, con đã có những tà kiến,
Và xem vị Guru ngang bằng với con.
Lòng từ ái và sự kính trọng những bằng hữu kim cương
    của con suy yếu đi;
Không chịu đựng nổi một vài lời gay gắt, con liên tục
    phàn nàn, oán trách.
Thiếu sự tu hành thấu đáo về tâm Bồ-đề,
Lòng từ bi phát khởi
Qua việc xem mọi chúng sinh trong sáu cõi là cha mẹ
    của mình,
Đã tan biến như sương mù.
Mặc dù con hành động như thể đang thực hành các con
    đường Kyerim[1] và dzogrim,[2]
Con không thể đương đầu ngay cả với sự mê lầm thông
    thường không dứt.
Con nhận ra rằng giáo lý tối hậu của sutra (Kinh điển)
    và tantra (Mật điển)
là tánh Không, nhưng không thể tận dụng được sự
    nhận biết đó;
Dòng tâm thức của con cứng nhắc như một cái sừng.
Khi con thực hành an trụ trong điều kiện chân thực
    của tâm,
Con không có sự kiên định, nhưng lớn tiếng phô trương
    về cái thấy sâu xa,
Và buông thả nhân quả theo chiều gió.
Ở bề ngoài - con có thể phô bày một cách cư xử tuyệt
    hảo;

---

[1] Kyerim: sự phát triển giai đoạn thiền định.

[2] Dzogrim: sự thành tựu giai đoạn thiền định.

Nhưng bên trong - dục vọng, tham luyến, sân hận như
    lửa hừng.
Mặc dù thân con ở trong ẩn thất núi non cô tịch,
Tâm con ngày đêm liên tục lang thang nơi phố thị.
Bản thân không hưởng được một chút xác quyết đích
    thực nào,
Thì nghĩ tới việc làm lợi lạc người khác chỉ là chuyện
    thần thoại.
Mặc dù không thể có việc Tam Bảo lừa dối con,
Nhưng bởi lòng sùng mộ yếu ớt, con e rằng sẽ tự lừa
    dối mình.
Như thế, mặc dù con không có tà kiến bất tín
đối với vị Thầy và Thánh Pháp,
Trong những thời đại ác trược này, chúng sinh chúng
    con
Luôn không ngừng hoàn tất những nghiệp xấu của
    mình,
Hiểu biết cạn cợt, bị sự bất giác thống trị;
Không duy trì được chánh niệm, chúng con gánh chịu
    tổn thất lớn lao.
Khi tự xét mình, con nhận ra rằng
Mọi việc con đã làm chỉ khiến tăng trưởng sự vô minh;
Rằng mọi niệm tưởng của con đã bị ô nhiễm,
Bởi những cảm xúc bị ngăn che và sự bám chấp.
Không nhận ra rằng ngay cả những thiện hạnh của
    con,
cũng bị ô nhiễm bởi những điều xấu ác,
Thì còn có thể sinh về đâu ngoài những cõi thấp?[1]
Đối với cách con hành xử và những gì con từng làm,
Khi đem những điều này vào tâm thức, con cảm thấy
    kinh tởm.
Khi nhìn những người khác, con chỉ càng thêm thất
    vọng;

---

[1] Ở đây chỉ đến các cảnh giới: địa ngục, ngạ quỷ và súc sinh. (ND)

*Không có những bằng hữu để tâm con được lợi lạc và
thanh thản.*
Nếu giờ đây con không thể tự chăm sóc bản thân,
*Thì những người khác không thể là nơi nương tựa của
con khi hy vọng cạn kiệt*
Và con nằm trong tay những sứ giả của Thần Chết.
Đợi chờ một sự cứu giúp có thể chẳng bao giờ xảy ra,
Có phải là sự tự lừa dối mình?
*Vì thế, với sự xấu hổ và ân hận khi nhận ra những lỗi
lầm của chính mình,*
Bất kỳ xảy ra điều gì làm hại Pháp,
Bất kỳ những sự vi phạm và phá vỡ giới nguyện nào,
*Con sẽ không cố giấu diếm trước những bậc có tuệ
nhãn.*
Tự đáy lòng con, con xin tự thú;
Với lòng bi mẫn của các ngài, xin bao dung con.
*Xin làm nơi nương tựa cho con trước nỗi hiểm nguy
của những con đường dốc đứng, sai lạc*
*Xin ban cho con sự tự do để tìm ra con đường toàn hảo,
giải thoát.*
*Con đã dùng cả phần đời đã qua để thực hành điều này
điều nọ,*
Mà trong tay không có gì để chứng tỏ điều đó,
Chẳng có thành tựu nào.
*Từ nay về sau, sao con không vững tiến theo con đường
thấu biết một điều mà giải thoát tất cả,*
tránh xa con đường đa văn khốn khổ,
và bỏ lỡ chính điều mà con cần có?
*Niềm hy vọng chắc chắn, không vơi cạn, Pháp Vương
siêu việt, độc nhất vô nhị là nơi con nương tựa,*
*Guru gốc, bậc kết hợp mọi nơi nương tựa (quy y) trong
một vị,*
Con khẩn cầu ngài với lòng sùng mộ và nhất tâm;

Nơi nương trú siêu phàm, Pháp Vương của thiện tâm
vĩ đại nhất,
Xin hộ trì con với lòng bi mẫn của ngài.

Xin gia hộ để con có thể nhận ra lỗi lầm của chính
mình,
Xin gia hộ để con không mong muốn nhìn thấy lỗi lầm
của người khác.
Xin gia hộ để những niệm tưởng tồi tệ, ác độc và xấu
xa được lắng dịu.
Xin gia hộ để những niệm tưởngtốt lành phát khởi tự
thâm sâu.
Xin gia hộ để tham muốn suy giảm và sự hài lòng tăng
trưởng.
Xin gia hộ để con hằng nhớ tới sự bất định của giờ chết.
Xin gia hộ để con không có gì lo âu vào lúc chết.
Xin gia hộ để con phát triển niềm tin nơi Giáo Pháp.
Xin gia hộ để con thực hành tri giác thanh tịnh vô
phân biệt.
Xin gia hộ để con phát triển lòng sùng mộ và tôn kính
chân thật.
Xin gia hộ để con kiên trì, hiểu được rằng thời gian còn
lại của con thật quá ít.
Xin gia hộ để con có thể xác lập mục tiêu sâu xa tối
thượng là Chánh Pháp.
Xin gia hộ để con giải thoát được dòng tâm thức, thực
hành nội tâm sâu xa nhất.
Xin gia hộ để con không bị chướng ngại trong thực
hành.
Xin gia hộ để kết quả thực hành của con chín mùi
nhanh chóng.
Xin gia hộ để mọi hành vi của con với những người mà
con có mối liên hệ nghiệp đều có ý nghĩa.

Xin gia hộ để cả hai tâm trạng đối đãi là hy vọng và sợ
hãi đều dứt sạch.
Xin gia hộ để con thấy được tánh giác bất nhị.
Xin gia hộ để con nhận biết được tánh giác sẵn có của
chính mình.
Xin gia hộ để con gìn giữ được thành trì Pháp Thân.
Xin gia hộ để con có được sự xác quyết vĩ đại không cần
nỗ lực.
Bằng phương tiện của vũ khí tuyệt diệu,
Là giác tánh tỉnh thức nguyên sơ bất hoại,
Cầu mong sinh lực trống không của sinh tử lẫn Niết-
bàn
Đều tức thời bị cắt đứt.
Rồi, trong niềm đại lạc bất tận của bữa tiệc Nyema
Cầu mong chúng con luôn vui hưởng hoạt động
Siêu vượt sự hợp nhất và chia lìa.
Trong Pháp giới trùm khắp của sự bình đẳng,
Ngay cả tên gọi "đau khổ" cũng không hiện hữu -
Thì có ai phải nỗ lực để tìm hạnh phúc?
Trong Vương quốc của Đức Phổ Hiền
Hạnh phúc và đau khổ là cùng một mùi vị;
Không bám nắm, tự chúng được giải thoát.
Cầu mong con thành tựu Vương quốc của Đức Phổ
Hiền ngay trong đời này!

H. H. Dudjom Rinpoche,
Jigdral Yeshe Dorje (1904-1988)
biên soạn

LỜI BẠT

Đây là một lời khẩn nguyện, tự phơi bày các lỗi lầm, kết hợp với lời cầu nguyện khát khao.

Vào một đêm đầu năm Thủy-Hợi (1983), vị phối ngẫu tâm linh của tôi là Rigdzin Wangmo có một giấc mơ trong đó xuất hiện một nữ bằng hữu là người thường có mặt trong giấc mơ của bà. Thiếu nữ nói: "Bây giờ bà nên khẩn cầu Rinpoche biên soạn một lời cầu thỉnh. Được chứ?" và biến mất. Sau đó, vào ngày mồng mười âm lịch, cô lại xuất hiện và nói: "Vì sao bà không thỉnh cầu ngài biên soạn lời cầu nguyện đó?"

Sáng hôm sau, khi chúng tôi thảo luận về những giấc mơ ấy và lời cầu nguyện, tôi nói: "Đã có rất nhiều lời khẩn nguyện, nhưng số người khẩn nguyện nào có nhiều đâu?" Rigdzin Wangmo nài nỉ và nói: "Dù dài hay ngắn, ngài cũng phải soạn lời khẩn nguyện này."

Vì thế tôi nghĩ: "Thời đại này đang bị bệnh tật, chiến tranh, và nạn đói đe dọa. Để che chở con người thoát khỏi những hiểm nguy này, ta nên soạn một lời cầu nguyện để nhắc các Đấng Bi Mẫn về những thệ nguyện cứu giúp chúng sinh của các Ngài." Mặc dù tôi đã nghĩ tới việc biên soạn một lời cầu nguyện, nhưng bởi phóng tâm trong nhiều sự việc nên tôi không có cơ hội để thực hiện.

Một lần nữa, vào tối ngày mồng mười, thiếu nữ xuất hiện như trước đó. Cô nói trong giấc mơ: "Đừng bỏ qua lời cầu nguyện mà tôi đã thỉnh cầu trước đây. Đó là điều rất cần thiết!"

Vì thế, tôi nghĩ là sẽ biên soạn lời cầu nguyện này vào ngày 15 tháng đó. Đêm 14, tôi nhất tâm cầu nguyện Guru Rinpoche (Đức Liên Hoa Sanh), khẩn cầu Ngài ban phước để tôi soạn lời cầu nguyện này; phát khởi ước nguyện như thế rồi, tôi đi ngủ.

Sáng hôm sau vào lúc bình minh, trong giấc mơ, tôi thấy mình đứng ở đầu một đại sảnh rộng lớn như một ngôi chùa. Đột nhiên hiện ra một thanh niên sắc trắng mặc y phục trắng, mái tóc dài quá vai. Anh ta lắc một cặp chập chõa, tạo nên một âm thanh thu hút, và nhảy múa, tiến lại gần tôi theo hình xoắn ốc với chiều kim đồng hồ. Anh ta nói:

"Nếu ngài muốn củng cố các giáo lý,
Hãy củng cố chúng trong tâm ngài.
Nơi đáy sâu của tâm thức, ngài sẽ đạt được Phật Quả.

Nếu ngài muốn viếng thăm các cõi Phật,
Hãy tịnh hóa sự tham luyến mê lầm tầm thường.
Cõi Phật viên mãn, sự tuyệt hảo ở gần tầm tay.

Hãy phát triển tinh tấn để thực hành
Tinh túy của các giáo lý
Không có nó, ai có thể đạt được thành tựu?

Thật khó thấy được lỗi lầm của chính mình.
Vì thế, việc tự phơi bày chúng
Là một giáo huấn trọng yếu.

Cuối cùng, khi những khiếm khuyết được tẩy trừ từng điểm một
Những phẩm tính giác ngộ sẽ tăng trưởng và chói ngời."

Vào cuối bài kệ, người thanh niên lắc cặp chập chõa, sau đó đập chúng vào nhau và tôi thức giấc.

Khi tỉnh dậy, tôi vẫn không quên những gì anh ta đã nói, và tôi hiểu rằng đó là lời chỉ dạy trong việc thực hành, những gì nên giữ và những gì phải từ bỏ. Tôi ân hận rằng mặc dù tôi đã thực sự nhìn thấy khuôn mặt của vị cha guru duy nhất của tôi, nhưng tôi không nhận ra ngài.

Tôi, Jigdral Yeshe Dorje, cha già của dòng Nyingma, biên soạn bản văn này từ kinh nghiệm của riêng tôi. Cầu mong nó mang lại lợi lạc. Sarvatha Mangalam.

Nguyên tác: **"A Prayer to Recognize My Own Faults and Keep in Mind the Objects of Refuge"** của **H. H. Dudjom Rinpoche**

Bhakha Tulku và Constance Wilkinson dịch từ Tạng ngữ sang Anh ngữ, Boudhnath, Nepal, 1989.

Xuất bản lần đầu tiên tại Nhà Xuất bản Sahayogi Kathmandu, Nepal.

http://sealevel.ca/buddha/

NHỮNG THỰC HÀNH TRỌNG YẾU

Lạt-ma Zopa Rinpoche

Một đệ tử đang ở trong tù viết thư cho Rinpoche khẩn cầu ngài ban những thực hành cho quãng đời còn lại của anh. Rinpoche đã trả lời như sau. Bài do Michelle Bernard biên tập.

Bạn Norman thân mến,

Trong thư bạn nói rằng bạn đã quy y và thọ những giới nguyện cư sĩ. Thật khó tin được là bạn có thể làm được điều này, bạn đã đảm nhận thực hành này và có thể sống trong đó. Vì sao điều đó thật khó tin? Vì bạn chỉ có thân người quý báu này một lần duy nhất. Được làm người là một điều vô cùng hy hữu. Chúng sinh ở trong các cõi địa ngục và chúng sinh hiện đang tái sinh vào cõi địa ngục từ trạng thái trung ấm nhiều như những hạt bụi hay những nguyên tử của trái đất này. Số lượng chúng sinh là những ngạ quỷ và chúng sinh đang tái sinh trong cõi ngạ quỷ từ trạng thái trung ấm nhiều như số hạt cát trong đại dương. Số lượng súc sinh và chúng sinh đang tái sinh vào cõi súc sinh từ trạng thái trung ấm nhiều như số lá cỏ mọc trên những dãy núi và trên khắp mặt đất. Số chúng sinh từ trạng thái trung ấm được tái sinh làm người bình thường luôn rất ít ỏi, chưa nói tới việc được tái sinh làm người toàn hảo do hội đủ tám sự tự do và mười điều thuận lợi. Bởi ta phải đã từng thực hành những nguyên nhân để có được thân người này, cho nên đạt được thân người thật hy hữu và khó khăn. Hầu hết chúng sinh không sống theo những chuẩn mực đạo đức thuần túy, nói gì đến việc thệ nguyện giữ gìn những giới nguyện đức hạnh.

Sống theo giới nguyện

Khi nhìn quanh mình, bạn có thể thấy rằng có rất ít người sống theo năm giới nguyện cư sĩ. Nếu bạn xem xét những người sống theo giới nguyện và những người không sống như thế thì những người dấn mình vào ác hạnh thật không thể tính đếm khi so với số người giữ năm giới nguyện cư sĩ và tạo thiện nghiệp. Ngay cả những người chỉ giữ một giới cũng rất ít ỏi. Vì thế, bạn có thể nhận ra điều này bằng cách quan sát thế giới. Đó là lý do tại sao được làm một con người bình thường cũng đã vô cùng hy hữu, chưa nói tới việc có được một tái sinh làm người quý báu.

Rất khó có được một tái sinh tốt lành vì hầu hết mọi người không hiểu rõ nghiệp, không tin rằng nhờ sống rộng lượng (bố thí) trong hiện tại mà những đời sau bạn sẽ giàu có; rằng nhờ thực hành đạo đức trong đời này mà đời sau bạn sẽ nhận được một tái sinh làm người tốt lành. Họ không hề có sự hiểu biết hay niềm tin về những vấn đề này. Bạn chỉ có thể thấu hiểu những điều này nhờ nghiên cứu giáo lý và những lời trích dẫn của Đức Phật đã được những tâm toàn trí của vô số hiện thể giác ngộ giảng dạy. Không có vị Phật nào khác tìm ra lỗi lầm hay nhận thấy bất kỳ điều gì trái nghịch với những điều Đức Phật Thích-ca Mâu-ni đã giảng dạy về nghiệp - rằng những hành động như thế này sẽ mang lại những kết quả như thế này, những hành động như thế kia mang lại kết quả như thế kia. Chẳng hạn như, kết quả của sự keo kiệt là nghèo khổ, vốn không chỉ là trong đời kế tiếp. Nếu nghiệp mạnh mẽ, bạn có thể gánh chịu kết quả đó ngay trong đời này.

Có ba loại nghiệp. Một là hiện báo, tiếng Tạng là *tong cho nang tu kyi ley*, có nghĩa là bạn tạo nhân trong đời này và nhận lãnh kết quả cũng trong đời này. Nghiệp thứ hai là sinh báo, tiếng Tạng là *kye ney nang tu kyi ley*, bạn tạo nhân trong đời này và nhận lãnh kết quả trong đời kế tiếp. Loại thứ ba là hậu báo, tiếng Tạng là *leng tang zhen la nang tu kyi ley*, bạn tạo nhân trong đời này và nhiều đời sau mới nhận lãnh kết quả; bạn có thể trải qua hàng triệu, hàng tỷ, trăm tỷ, ngàn tỷ đời sống rồi mới nhận lãnh kết quả. Những nghiệp hết sức mạnh mẽ này sẽ dẫn đến hạnh phúc hay đau khổ trong cùng kiếp sống đó.

Đức Phật đã giảng trong *Kinh Định Vương*: "Bất kỳ ai thực hành một giới nguyện trong một ngày đêm (24 giờ) vào thời đại suy hoại này, sẽ tích tập công đức lớn lao gấp bội phần những người cúng dường lọng che, cờ phướn, đèn dầu, vòng hoa v.v... một tỷ lần cho 10 triệu vị Phật trong số kiếp bằng với số hạt cát (những vi trần cực kỳ nhỏ) trong Thái Bình Dương."

Ý nghĩa của điều này là, bạn không thể tưởng tượng nổi số lượng công đức được tạo nên nhờ giữ gìn một giới nguyện trong 24 giờ. Cho dù chúng ta nói đến hạt cát thông thường thì lượng công đức như trong so sánh trên cũng đã thật bao la, nhưng ở đây ta đang nói đến bảy loại vi trần rất nhỏ! Đây chỉ mới nói đến công đức của việc giữ gìn *một giới nguyện trong một ngày*, chứ không phải tất cả năm giới cư sĩ, hay tám giới (Bát quan trai giới), hay 36 giới của một vị tăng hay ni.

Năng lực của tâm toàn trí

Có vô số vị Phật và không vị Phật nào tìm ra được điều gì Đức Phật Thích-ca Mâu-ni đã giảng dạy là sai lầm. Những học giả và yogi (hành giả) trong quá khứ đã thẩm định giáo lý, đã thực hành giáo lý, và đã thành tựu một cách chính xác những chứng ngộ tương tự mà Đức Phật đã thực hiện.

Không có tâm toàn trí nào từng nhận ra rằng con đường do Đức Phật giảng dạy là sai lạc. Nếu điều này xảy ra, nó sẽ là một vấn đề, nhưng điều đó không bao giờ xảy ra. Vì thế, đây là một bằng chứng rõ ràng.

Nhiều câu chuyện và giáo lý về nghiệp do Đức Phật Thích-ca Mâu-ni giảng dạy giải thích rằng, từ những hành động hay nguyên nhân như thế, những kết quả như thế sẽ được tạo ra; từ một nguyên nhân đức hạnh sẽ đem lại những kết quả hạnh phúc, và từ một hành động xấu ác sẽ mang lại kết quả đau khổ.

Ví dụ, nếu bạn thực hành nhẫn nhục trong đời này, trong những đời sau bạn sẽ có một thân thể đẹp đẽ khiến những người nhìn thấy cảm thấy hoan hỷ và bị lôi cuốn. Các thánh nhân có một thân tướng thu hút khiến các ngài dễ dàng làm lợi lạc cho người khác, cho những người lắng nghe giáo lý, tuân theo lời khuyên dạy của các ngài, thực hành những điều các ngài giảng dạy, thể nhập con đường, và thành tựu sự giải thoát và giác ngộ. Các ngài sử dụng thân tướng thu hút của các ngài, là kết quả của sự nhẫn nhục, như một phương pháp để dễ dàng làm lợi lạc chúng sinh.

Nếu tâm toàn trí của một vị Phật khác nhìn thấy điều trái ngược với những gì Đức Phật Thích-ca Mâu-ni đã giảng dạy, thì điều đó có nghĩa là Đức Phật giảng dạy sai lạc. Nhưng như tôi đã nói, có vô số vị Phật khác và các Ngài đều nhìn thấy chính xác những điều như nhau. Có những hiện tượng vi tế mà ngay cả những vị A-la-hán đã hoàn tất năm con đường của Tiểu thừa (các con đường tích tập, chuẩn bị, kiến, thiền, và vô học) cũng không thể nhìn thấy. Các vị này là những bậc đã thoát khỏi những đau khổ của luân hồi sinh tử, bao gồm những nguyên nhân của đau khổ - nghiệp và những phiền não - và đã hoàn toàn dứt trừ ngay cả những nguyên nhân của các phiền não (lậu tận). Điều này có nghĩa là đối với các ngài thì những phiền não không thể sinh khởi lại, hay các ngài không thể lại kinh nghiệm đau khổ. Các ngài có những phẩm tính và năng lực tâm linh không thể nghĩ bàn, nhờ đó có thể thực hiện được mọi việc, như có thể làm những hình tướng rất nhỏ trở thành to lớn như những ngọn núi và biến những ngọn núi khổng lồ thành những hình tướng nhỏ xíu.

Vị Bồ Tát Thập địa đã hoàn tất mọi chứng ngộ của năm con đường và mười địa vị (cấp bậc), có nghĩa là các ngài có những phẩm tính và năng lực tâm linh phi thường. Trước khi thành Phật, một vị Bồ Tát có thể hóa hiện hàng tỷ, rất nhiều thân tướng có thể phụng sự chúng sinh và cúng dường, đi tới những cõi Tịnh độ và nhận lãnh các giáo pháp, hoặc các ngài hóa hiện là nước, sông suối, cầu đường, núi non, cây cối - bất kỳ điều gì mang lại hạnh phúc cho chúng sinh - những điều như không thể tin nổi. Những gì các ngài có thể làm vượt quá sự hiểu biết của chúng ta. Ví dụ như, toàn bộ thế giới được chứa đựng trong một lỗ chân lông trên thân của các ngài. Thật không thể tưởng tượng nổi; đây là những điều chúng ta không thể hiểu nổi, những điều phi thường mà các vị Bồ Tát có thể làm khi đã đạt tới những đạo lộ và địa vị đó. Các ngài hiện thân khắp nhiều thế giới và cõi Tịnh độ, và các thế giới bao trùm những thân linh thánh của các ngài.

Những năng lực phi thường này chỉ hiện hữu thông qua năng lực của một tâm thức đã tịnh hóa những ô nhiễm, và điều này đã được Lạt-ma Tsong Khapa giảng trong luận giảng về Trung đạo. Ở phương Tây, những điều này thật không thể hiểu nổi, nhưng chúng xuất hiện với thiền giả đã đạt được những địa vị đó; tâm các ngài không có các giới hạn. Khả năng của thân tâm chúng ta rất giới hạn trong việc làm lợi ích cho người khác. Chúng ta không thể hóa hiện thêm dù chỉ một thân nữa để làm lợi lạc cho người khác. Vị Bồ Tát Sơ địa có thể hóa hiện 100 thân để làm lợi lạc người khác, ban những giáo lý khác nhau cho chúng sinh v.v.. Ở địa kế tiếp, các ngài có thể hiển lộ 1.000 thân - những gì các ngài có thể hóa hiện về sau lại tăng lên gấp đôi so với địa vị trước đó. Những gì vị Bồ Tát ở mỗi địa vị có thể làm để lợi lạc người khác là vượt quá sức tưởng tượng. Cách tốt nhất để bạn chứng minh được tất cả những điều này là khởi sự tu tập theo các đạo lộ, và khi bạn trải qua mỗi một lộ trình tu tập, bạn sẽ kinh nghiệm tất cả những năng lực và khả năng đó đúng như Lạt-ma Tsong Khapa đã nói trong luận giảng.

Mặc dù các A-la-hán và Bồ Tát Thập địa có những phẩm tính bao la như bầu trời, các ngài không thể nhận biết được những sự việc như các nghiệp vi tế, vì các ngài vẫn chưa từ bỏ bốn nguyên nhân của vô minh. Chỉ có tâm toàn trí của một vị Phật mới có thể thấy biết những sự việc như là nghiệp vi tế của chúng sinh, những khoảng cách thời gian và không gian không thể tưởng tượng nổi v.v...

Chẳng hạn, các vị Bồ Tát Sơ địa có thể thấy biết 100 kiếp quá khứ và 100 kiếp tương lai. Bồ Tát Đệ nhị địa có thể thấy biết 1.000 kiếp quá khứ và tương lai v.v... Vị Bồ Tát Thập địa có thể nhận biết hàng nhiều tỷ kiếp quá khứ và tương lai, nhưng vẫn còn những điều cực kỳ vi tế và những khoảng cách, độ dài thời gian và những kiếp sống vượt ngoài sức tưởng tượng mà chỉ có tâm toàn trí của một vị Phật mới có thể thấy biết. Khi chưa thành Phật thì luôn có những che chắn, chướng ngại khiến khả năng của bạn không thể phụng sự chúng sinh một cách hoàn hảo, đặc biệt là không nhận biết được những nghiệp vi tế.

Câu chuyện về ông lão và con ruồi

Jindag Palgyey (Tu-bạt-đà-la) 80 tuổi mới bắt đầu thực hành Pháp, nhưng ngay trong đời sống đó ông vẫn có thể thực hành Giáo Pháp và trở thành một vị A-la-hán. Ông đã thành tựu trí tuệ chứng ngộ tánh Không và có thể dứt trừ mọi ô nhiễm.

Trước đó, ông từng chán ghét đời sống gia đình vì tất cả những đứa trẻ ngày nào cũng trêu chọc ông. Ông nghĩ, hẳn ông sẽ được an ổn hơn nhiều nếu trở thành một tăng sĩ sống trong tu viện. Vì thế, ông tìm đến vị Tu viện trưởng của tu viện để xin được xuất gia thọ giới.

Vị tu viện trưởng là ngài Mục-kiền-liên, một trong những đệ tử tâm yếu và là bậc có thần thông đệ nhất trong tất cả đệ tử của Đức Phật. Ngài Mục-kiền-liên quán sát và bảo ông lão rằng, ngài không thấy ông có chút duyên nghiệp nào để trở thành một tăng sĩ: "Ông đã già, ông không biết đọc, không thể học tập trong tu viện. Thậm chí ông không thể chấp tác trong tu viện."

Ông lão hết sức thất vọng. Ông gục đầu trên ngạch cửa ở cổng tu viện và kêu khóc. Ông đi tới công viên khóc lóc, và mặc dù Đức Phật đang ở một nơi khác tại Ấn Độ, Ngài nhìn thấy ông lão và khởi tâm đại bi đối với ông. Đức Phật nhìn tất cả chúng sinh bằng tâm toàn trí của Ngài. Bất kỳ ở đâu có một chúng sinh đầy đủ duyên nghiệp để được dẫn dắt, do bởi lòng bi mẫn Đức Phật tới ngay nơi đó không trì hoãn dù chỉ một giây.

Đức Phật Thích-ca Mâu-ni xuất hiện trước mặt ông lão và hỏi xem có gì bất ổn. Ông lão trình bày những khó khăn của ông ở nhà và việc ông đã xin thọ giới xuất gia nhưng không được Tu viện trưởng chấp thuận. Đức Phật nói: "Ta đã thành tựu viên mãn cả trí tuệ và phước đức, vì thế ta có thể thấy rằng ông có duyên nghiệp để trở thành tăng sĩ."

Điều này có nghĩa là, nhờ thành tựu viên mãn cả phước đức và trí tuệ cũng như toàn bộ đạo lộ, và đã dứt sạch mọi phiền não thô và tế, nên tâm Đức Phật đã trở nên toàn trí.

Ông lão nói với Đức Phật rằng ngài Mục-kiền-liên đã nói là ông không có duyên nghiệp để trở thành tăng sĩ, nhưng Đức Phật giải thích rằng, thật lâu xa về trước ông từng là một con ruồi ở gần một bảo tháp (stupa). Có phân bò chung quanh tháp và là một con ruồi, khi ấy ông đã bay theo mùi phân bò, vì thế đã nhiễu vòng quanh tháp. Công đức nhỏ bé mà ông đã tạo ra đó đủ để ông trở thành một tăng sĩ. Sau đó, với tâm toàn trí, Đức Phật quán sát để tìm xem ai là người có thể dẫn dắt ông lão này. Đức Phật thấy rằng một đệ tử tâm yếu khác của Ngài là Xá-lợi-phất, người có trí tuệ kiệt xuất trong tất cả các đệ tử và là Tu viện trưởng của một tu viện khác, chính là người có thể dẫn dắt ông lão. Vì thế Đức Phật giao ông lão cho ngài Xá-lợi-phất.

Ông lão trở thành một tăng sĩ tại tu viện của ngài Xá-lợi-phất, nhưng các tu sĩ trẻ ngày nào cũng trêu chọc ông. Ông lại rơi vào tâm trạng chán ngán, trốn khỏi tu viện và nhảy xuống một con sông. Khi ấy ngài Xá-lợi-phất, tu viện trưởng của ông, bằng các năng lực tâm linh đã tìm kiếm vị tăng sĩ già. Ngài đã xuất hiện đúng lúc ngay tại nơi đó và túm lấy ông lão kéo lên. Vị tu sĩ già hết sức bàng hoàng và bối rối, bởi ông không được phép rời tu viện. Ông giải thích rằng ông chán ngán bởi tất cả những tu sĩ trẻ đã trêu chọc ông, vì thế ông đã trầm mình xuống sông. Ngài Xá-lợi-phất nói với ông: "Ông hành động như thế là vì ông không chưa hề chán bỏ luân hồi."

Ngài Xá-lợi-phất bảo ông nắm chặt chiếc y của ngài và sau đó bay qua đại dương và đáp xuống một núi xương. Ngài Xá-lợi-phất giải thích: "Đây là xương của tất cả những đời quá khứ của ông." Có những khúc xương của một con cá voi, con vật lớn nhất trong đại dương. Ngay lúc ông lão vừa nghe câu: "Đây là xương của tất cả những đời quá khứ của ông," thì lông tóc trên thân ông dựng đứng cả lên và ông sinh lòng chán bỏ luân hồi. Ông đã nhận ra những tai hại của luân hồi: không có gì là chắc thật, những niềm vui trong luân hồi không có gì chắc chắn, bạn không thể tìm được sự toại nguyện, và những lạc thú trong luân hồi chỉ có bản chất là đau khổ. Ông đã đi vào con đường tích tập và trở thành một bậc thánh (arya) ngay trong đời đó.

Một khi trở thành bậc thánh, bạn không còn bị thối chuyển. Bạn trở thành một vị A-la-hán và cuối cùng đi vào con đường Đại thừa. Sau một thời gian ở Niết-bàn Hữu dư, chư Phật sẽ phóng quang và thôi thúc bạn đi vào con đường Đại thừa.

Sau đó bạn dứt trừ cả những phiền não vi tế mà trước đây chưa bị dứt trừ, và thành tựu giác ngộ. Khi đó bạn có thể phụng sự chúng sinh một cách toàn hảo, giải thoát họ khỏi mọi đau khổ của sinh tử và đưa họ tới giác ngộ. Mọi công việc toàn hảo này cho chúng sinh xuất phát từ một người đã đạt được giác ngộ.

Trong trường hợp của ông lão, trước khi giác ngộ ông đã đi vào con đường Đại thừa; trước đó nữa ông là một A-la-hán; trước đó nữa ông đi vào con đường Tiểu thừa; trước đó nữa, ông là một tăng sĩ; và trước đó nữa, trong vô lượng kiếp không thể tưởng tượng nổi, ông là một con ruồi bay theo mùi phân bò khiến trở thành một cuộc đi nhiễu tháp, là việc thậm chí không được thực hiện có chủ ý. Không hề có ý tưởng rằng đó là một bảo tháp linh thánh và ông sẽ tịnh hóa nghiệp nhờ đi quanh nó. Hành động nhỏ bé đó trở thành một thiện hạnh, không từ khía cạnh của động lực, mà từ năng lực của đối tượng là bảo tháp linh thánh.

Tôi kể lại cho bạn nghe câu chuyện này có hai mục đích. Thứ nhất là để bạn có thể thấy rằng, trong khi các vị A-la-hán có những phẩm tính rất lớn lao, các ngài vẫn không có sự toàn trí. Tâm các ngài không thể nhìn thấy những nghiệp vi tế của chúng sinh, điều đó cản trở khả năng làm việc phụng sự chúng sinh một cách toàn hảo, như đức Mục-kiền-liên trong câu chuyện này. Chỉ một vị Phật mới có thể nhìn thấy những nghiệp vi tế nhất. Đức Mục-kiền-liên là một A-la-hán có nhiều phẩm tính và năng lực, nhưng ngài đã dự báo sai lầm rằng ông lão này không có duyên nghiệp để trở thành một tăng sĩ. Khi chưa thành Phật, bạn không thể phán đoán hoàn toàn chính xác hoàn cảnh của bất kỳ ai. Bạn không thể nói một cách chính xác: "Điều này là như thế này. Điều này thì không." Ngay cả những vị A-la-hán đã thoát khỏi biển khổ luân hồi và những phiền não cũng không thể dự báo mọi sự việc hoàn toàn chính xác, như trong câu chuyện của vị lão tăng và con ruồi vừa kể. Chỉ những gì một vị Phật toàn trí nói ra mới hoàn toàn chính xác và đáng tin cậy. Dĩ nhiên, có nhiều sự việc mà những bậc chưa hoàn toàn chứng ngộ nói ra vẫn đúng, nhất là với những vị đã hoàn tất con đường dẫn tới giải thoát, nhưng không phải là hết thảy mọi việc. Chỉ những gì các bậc toàn trí nói ra mới hoàn toàn chính xác - như là những hiện tượng như thế, như thế... có hiện hữu và những hiện tượng như thế, như thế... không hiện hữu. Một điển hình cho sự chính xác trong những lời chư Phật dạy là bốn nguyên nhân của vô minh.

Năng lực của những đối tượng linh thánh

Câu chuyện này mang lại cho các bạn một sự hiểu biết rằng không có gì để nghi ngờ về việc Phật, Pháp, Tăng, các pho tượng, bảo tháp, Kinh điển, và hình ảnh của chư Phật có năng lực phi thường và là suối nguồn của những lợi ích rộng lớn cho chúng sinh. Những đối tượng linh thánh này ban tặng phương cách dễ dàng nhất để tịnh hóa nghiệp xấu ác và giải thoát chúng sinh khỏi những cõi thấp.[1] Những đối

---

[1] Ở đây chỉ đến các cảnh giới: địa ngục, ngạ quỷ và súc sinh. (ND)

tượng đó giúp bạn tích tập công đức bao la để tâm bạn được chuyển hóa và thể nhập con đường tu tập, dứt trừ những phiền não thô nặng, và thành tựu giải thoát, sau đó dứt trừ những phiền não vi tế và thành tựu giác ngộ. Vì thế, ngay cả một bức hình Phật, một pho tượng, hay một bản Kinh cũng đều rất cần phải có.

Điều hết sức cần thiết là các đối tượng linh thánh hiện hữu càng nhiều càng tốt và được xây dựng càng nhiều càng tốt ở khắp mọi nơi trên thế giới. Vấn đề quan trọng là nên có càng nhiều càng tốt những đối tượng và hình ảnh linh thánh ngay tại nhà của bạn, cả bên ngoài lẫn bên trong, được thiết trí một cách tôn kính. Bạn không thể đặt những đối tượng linh thánh ở bất kỳ nơi nào, như trên sàn nhà, trong phòng tắm là những nơi có mùi hôi, hay ở bên ngoài trên mặt đất. Điều này tạo nên nghiệp xấu ác do bất kính với các đối tượng linh thánh.

Chỉ nhờ chiêm ngưỡng những đối tượng linh thánh đó mà bạn tích tập được những khối lượng công đức to lớn - to lớn hơn cả việc cúng dường cho những tất cả các vị chứng ngộ (A-la-hán). Như vậy là cúng dường cho bao nhiêu vị A-la-hán? Đó là số lượng các vị A-la-hán nhiều như số vi trần của tất cả các thế giới và vũ trụ. Các vị A-la-hán hoàn toàn giải thoát khỏi biển khổ luân hồi và những nguyên nhân đau khổ - nghiệp xấu ác và những phiền não - cũng như những chủng tử của chúng. Chỉ cần chiêm ngưỡng một đối tượng linh thánh, bạn sẽ có được nhiều công đức hơn cả việc cúng dường hàng trăm loại thực phẩm thiêng liêng khác nhau được quán tưởng thành cam lồ và y phục thiêng liêng - có nghĩa là thực phẩm và y phục có phẩm chất gấp 100.000 lần so với những y phục và thực phẩm của con người. Và không chỉ là cúng dường tất cả những món đó trong một ngày, mà là cúng dường mỗi ngày, trong nhiều kiếp.

Từ câu chuyện này, bạn có thể hiểu được khối lượng công đức của việc chiêm ngưỡng các đối tượng linh thánh thật đáng kinh ngạc như thế nào. Trong quá khứ ở Ấn Độ, một người rất nghèo khổ đã cúng dường thuốc uống cho bốn vị tăng sĩ. Trong đời sau đó, người ấy trở thành một vị vua hết sức giàu có với rất nhiều quyền lực. Trong ví dụ đầu tiên, chúng ta không nói về các tăng sĩ, mà nói về các vị A-la-hán là những vị đã hoàn tất năm con đường và có những phẩm tính phi thường. Vì thế, bạn có thể hình dung thiện nghiệp của việc cúng dường cho thậm chí chỉ một vị A-la-hán. Trong ví dụ này, số lượng các vị A-la-hán mà bạn cúng dường tương đương với số vi trần của toàn thể vũ trụ. Nếu bạn so sánh công đức của việc cúng dường các vị A-la-hán với công đức của việc chỉ chiêm ngưỡng một pho tượng hay hình ảnh của Đức Phật, thì công đức của việc cúng dường nhỏ bé hơn rất nhiều.

Đức Phật đã giải thích điều này trong Kinh Ấn Phát triển Năng lực của Lòng Sùng mộ:

> *Đức Phật bảo ngài Văn-thù: Bất kỳ thiện nam tín nữ nào của dòng truyền thừa và bất kỳ ai cúng dường mỗi ngày thực phẩm linh thánh 100 mùi vị và y phục linh thánh cho chư vị A-la-hán tương đương số vi trần của toàn thể vũ trụ, hay số kiếp tương đương số hạt cát trong đại dương, này Văn-thù, bất kỳ thiện nam tín nữ nào của dòng truyền thừa và bất kỳ ai chiêm ngưỡng một bức vẽ của Đức Phật, hay những hình tướng của Đức Phật như các bức vẽ, pho tượng, hình ảnh v.v... sẽ tích tập vô lượng công đức bao la hơn việc cúng dường cho các A-la-hán trong số kiếp như nói trên. Vì thế không còn nghi ngờ gì về việc những ai chắp tay cung kính hay cúng dường hoa, hương thơm, hương đốt, hay đèn dầu lên những đối tượng linh thánh đều sẽ tích tập vô lượng công đức.*

Bạn nên biết rằng, càng có nhiều công đức, bạn càng dễ dàng và nhanh chóng hơn trong việc thành tựu sự giải thoát và giác ngộ, cũng như trong việc giải thoát vô số chúng sinh đau khổ đang nương tựa vào bạn, có một mối liên hệ với bạn. Có thêm nhiều công đức có nghĩa là những ước muốn đạt được hạnh phúc của bạn sẽ được đáp ứng mà không cần dụng công, không chỉ trong những kiếp sống tương lai mà là ngay trong kiếp sống này.

Nếu bạn nghĩ về điều bạn cần có, ước muốn này sẽ được đáp ứng ngay trong năm đó, hay sau một vài tháng, vài tuần, một vài ngày, ngay trong ngày đó, hoặc thậm chí chỉ sau một giờ! Đôi khi bạn phải ngạc nhiên vì năng lực công đức của bạn và cách thức một điều tốt đẹp xảy ra mà không cần chút nỗ lực nào. Nếu ở phía trên giường bạn và trên những bức tường bạn có thể treo nhiều hình ảnh những bậc linh thánh, nếu nhà tù cho phép, và nếu bạn đang ở chung phòng với người nào đó không thấy khó chịu về điều ấy thì thật là tuyệt vời. Có lẽ bạn có thể xin phép người bạn cùng phòng để được bọc viền quanh những tấm hình. Có lẽ bạn có thể kết bạn với người đó, tặng họ một ly sữa khuấy và kết thân với họ. (Tôi chỉ nói đùa thế thôi.)

Cơ hội hy hữu và quý báu

Về đạo đức trong sạch, nếu khảo sát thế giới bạn sẽ thấy rằng có rất ít người trì giữ một cách thanh tịnh dù chỉ một giới nguyện. Nếu bạn khảo sát bản thân chỉ trong một ngày hay 24 giờ, hay thậm chí một giờ, bạn sẽ thấy rằng những phiền não, những tư tưởng bất thiện của sự sân hận, tham muốn và bám luyến vào hạnh phúc của cuộc đời này phát khởi hết sức mạnh mẽ, tư tưởng này nối tiếp tư tưởng kia, như một trận bão, như một thác nước, không thể kiểm soát.

Mọi hành vi bất thiện được thực hiện trong một ngày, hay thậm chí trong một giờ, đều sẽ dẫn tới đau khổ. Không chỉ có thế, bạn không thể tìm được sự toại nguyện với những khuynh hướng bất thiện như thế. Cho dù bạn có sở hữu toàn bộ thế giới, kể cả mặt trời, mặt trăng và những hành tinh, bạn vẫn không cảm thấy toại nguyện. Đây là nỗi đau khổ trầm trọng nhất, vấn đề lớn nhất trong đời sống con người.

Ví dụ như, có những ca sĩ, kịch sĩ... nổi tiếng, giàu có, lừng danh và đầy quyền lực nhưng tâm thức đầy ắp những nỗi lo lắng do những tư tưởng bất thiện của sự quan tâm thế tục, bám níu vào hạnh phúc của cuộc đời này. Bạn càng có nhiều lạc thú và tài sản thế gian thì tâm bạn càng cảm thấy bất mãn và khốn khổ. Tài sản bên ngoài trông có vẻ như thật tuyệt vời và đẹp đẽ: giàu có, sở hữu nhiều căn hộ to lớn, những tòa nhà và xe hơi đắt tiền, có một gia đình đông người, có nhiều ngàn người bạn v.v.. Tuy nhiên, đời sống nội tâm của những người đó thì vô cùng bất hạnh. Bạn càng sở hữu nhiều thì bạn càng không hạnh phúc. Không có an bình và hạnh phúc nội tâm. Bạn lo lắng và sợ rằng những người khác trở nên nổi tiếng hơn bạn, lo sợ mất đi của cải hay gia đình, rằng bất kỳ lúc nào cũng có thể có điều gì đó xảy ra và thanh danh của bạn sẽ mất hết. Tất cả những điều này đến từ dục vọng, tư tưởng bất thiện. Đó là chưa nói tới hậu quả của những hành vi bất thiện vào lúc chết và trong những đời sau của bạn, những tái sinh đầy đau khổ trong các cõi địa ngục, ngạ quỷ, hay súc sinh. Trong nhiều đời, bạn phải liên tục tái sinh vào những cõi thấp, bởi một khi đã sinh ra ở những nơi đó thì bạn không có cơ hội để thực hành Pháp hay đức hạnh. Nếu bạn nhìn vào những con vật như gà, cọp, trâu bò v.v... bạn sẽ thấy khuynh hướng của chúng chỉ là tham muốn, tìm kiếm hạnh phúc của cuộc đời này. Vì thế, mọi hành động của chúng đều là bất thiện.

Khi đã gặp được Pháp, bạn có cơ hội để thực hành, nhưng

các loài thú vật thì không. Chúng không thể gặp được Pháp, hiểu biết và thực hành Pháp. Là thú vật, tâm thức chúng bị ngăn trở không thể hiểu biết ngôn từ và ý nghĩa của Pháp. Cho dù bạn giải nghĩa rằng hạnh phúc đến từ đức hạnh - những hành động được thúc đẩy bởi thái độ không tham, không sân, không si - cho dù bạn giải nghĩa điều này cho chúng hàng ngàn năm, hàng tỷ kiếp, chúng cũng chẳng thể nào hiểu được. Chúng không thể học cách thực hành Pháp. Là con người, chúng ta đã gặp được Pháp. Chúng ta có cơ hội này, nhưng chúng thì không. Hãy nhìn chúng và nhìn vào bản chất của cuộc đời chúng, những động lực và hành động của chúng. Bạn có thể thấy rằng chúng chỉ tạo ác nghiệp, có nghĩa là chúng sẽ bị tái sinh liên tục như thế, sẽ chết và bị sinh ra liên tục, lặp lại như vậy nhiều lần trong những cõi thấp.

Do đó, lúc này đây, một phép mầu nhiệm đã xảy ra cho chúng ta, như một giấc mơ: được làm một con người. Chúng ta hẳn vừa thoát ra khỏi những cõi thấp. Nơi cư trú thường xuyên của chúng ta đã từng là những cõi thấp. Chúng ta chỉ vừa thoát ra khỏi đó. Điều không thể có được đã xảy ra vào lúc này, ta không chỉ được làm một con người, mà còn gặp được Pháp, gặp được Phật Giáo. Thật là như một giấc mơ, một điều không thể có được giờ đã xảy ra.

Do trạng thái của tâm và tập khí phiền não từ vô thủy, đặc biệt là sự tham muốn, ta rất khó trì giữ dù chỉ một giới nguyện trong sạch. Vì không gặp được Phật Pháp, chúng ta không chấp nhận có sự tái sinh hay nghiệp. Rồi ngay cả khi đã được nghe Phật Pháp, ta vẫn không dễ dàng chấp nhận. Ta không hiểu được hoặc không có niềm tin. Rồi nhờ vào chủng tử của một công đức nào đó đã làm trong quá khứ, chúng ta có thể đặt niềm tin và chấp nhận Giáo pháp, nhưng điều này vẫn không có nghĩa là ta có thể thực hành. Vì thế, thật rất khó trì giữ dù chỉ một giới nguyện và sống trong sạch theo đó. Chỉ để được làm người thôi, bạn cũng đã cần phải có đạo đức trong sạch là nhân lành căn bản trong quá khứ, nếu không thì bạn không thể được làm người. Nhưng để được làm một con người hội đủ 8 tự do và 10 thuận lợi thì trong quá khứ bạn cần phải tạo ra 18 nguyên nhân. Để thực hành đạo đức bằng cách trì giữ các giới nguyện Ba-la-đề-mộc-xoa (hay Biệt giải thoát) và đi theo con đường dẫn tới giải thoát, bạn cần tạo được rất nhiều công đức, là điều hết sức hy hữu mới có được.

Việc thực hành tâm Bồ-đề, giữ các giới nguyện Bồ Tát, thành tựu con đường Đại thừa, và trở nên giác ngộ thì thậm chí còn quý hiếm hơn nữa. Còn hy hữu hơn nữa khi được thọ nhận một nhập môn Kim cương thừa vĩ đại và đi theo con đường Kim cương thừa, qua đó bạn có thể thực hành và thành tựu giác ngộ trong một đời ngắn ngủi, thay vì phải mất ba a-tăng-kỳ kiếp khi đi theo con đường Kinh điển của Đại thừa. Điều hy hữu nhất và phi thường nhất là việc thọ nhận một nhập môn Tantra (Mật điển) du-già tối thượng và thực hành con đường đó, là những điều giúp bạn có thể thành tựu giác ngộ trong một đời người ngắn ngủi, trong thời đại suy hoại này. Việc được tái sinh làm người toàn hảo có tất cả những cơ hội phi thường như thế thật hết sức hy hữu và quý báu.

Tóm lại, việc thực hành và thành tựu giác ngộ trong một đời người ngắn ngủi vào thời đại suy hoại này nhờ vào những Tantra du-già tối thượng và thấp hơn tùy thuộc vào việc trì giữ những giới nguyện Kim cương thừa tối thượng và thấp hơn. Điều này tùy thuộc vào việc trì giữ những giới nguyện Bồ Tát, là điều lại phụ thuộc vào việc trì giữ những giới nguyện Ba-la-đề-mộc-xoa (Biệt giải thoát), chẳng hạn như các giới nguyện cư sĩ.

Vì thế, bạn có thể thấy việc bạn đã trì giữ các giới nguyện

cư sĩ là quan trọng như thế nào. Nó là một nền tảng quan trọng thật đáng kinh ngạc, và như tôi đã giải thích trước đây, chỉ làm một con người thôi thì đạo đức trong sạch đã là vô cùng quan trọng. Việc bạn thực hành những cấp độ khác nhau của các giới nguyện này để phát triển tâm linh trên con đường dẫn tới giải thoát và giác ngộ là nguyên nhân chính yếu để bạn có thể làm người trong đời sau. Điều đó cũng giống như nhiên liệu. Không có nhiên liệu thì máy bay không thể bay. Không có nhiên liệu, tất cả máy bay đều không thể bay, và phi thuyền không thể lên tới mặt trăng. Xe hơi và xe gắn máy không thể vận hành nếu không có xăng hay dầu, và không có dòng điện thì không có ánh sáng.

Làm lợi lạc thế giới

Nếu bạn muốn làm lợi lạc cho người khác và quan tâm tới nền hòa bình thế giới thì việc trì giữ những giới nguyện cư sĩ là điều thiết yếu. Điều này có nghĩa là bạn từ bỏ nhiều hành vi tiêu cực gây tổn hại người khác, dù trực tiếp hay gián tiếp, bởi bạn đã lập một thệ nguyện. Bạn không làm hại chính mình qua việc thực hiện những hành vi xấu ác đó, bởi khi làm tổn hại người khác, bạn phải gánh chịu tổn hại trong tương lai. Nhờ sống theo những giới nguyện này (một, hai, ba, bốn, hay năm giới nguyện cư sĩ), bạn không còn gây nhiều tổn hại cho gia đình, cho những người quanh bạn, cho thú vật và con người trong quốc gia bạn, trên thế giới - cho dù có bao nhiêu tỷ người chăng nữa - bạn thôi không làm hại họ. Sự vắng mặt của tổn hại là an bình, vì thế bạn đang mang lại an bình cho những người khác, kể cả gia đình bạn, những người quanh bạn, và rồi tất cả những người khác. Càng giữ nhiều giới nguyện thì bạn càng ít làm hại người khác, và càng mang lại nhiều an bình và hạnh phúc hơn cho mọi người.

Có nhiều người giữ các giới nguyện cư sĩ thì rất có lợi cho môi trường và làm tăng trưởng những nguyên nhân thịnh vượng cho quốc gia. Việc có nhiều người giữ giới cư sĩ sẽ giúp ngăn ngừa nạn thiếu hụt thực phẩm, khiến cho mưa thuận gió hòa, mùa màng tăng trưởng, và cũng mang lại nền hòa bình thế giới. Đây là điều bạn có thể tức thì hiến tặng và thực hiện mỗi ngày, cho dù bạn không phải là một trong những vị lãnh đạo rất cao cấp đi đó đi đây dự các hội nghị thảo luận và diễn thuyết về nền hòa bình thế giới. Ai cũng có thể nói được, nhưng chỉ lời nói không thôi thì không thể làm được gì nhiều cho hòa bình. Chúng ta cần phải hành động.

Việc sân hận với gia đình bạn, quan tòa, các dịch vụ chăm sóc trẻ em v.v...

Có đôi điều tôi muốn bạn suy nghĩ đến. Đó là thiền định. Hãy nghĩ suy ngẫm về thiền định trong đời sống hằng ngày của bạn. Đối với con cái bạn, đối với những người bạn cho là bị lôi kéo để phản đối bạn, đối với gia đình bạn, quan tòa, các dịch vụ chăm sóc trẻ em v.v... điều cốt yếu là hãy nhìn những đối tượng ấy một cách tích cực để thấy được họ theo chiều hướng tốt đẹp hơn là như những đối tượng gây hại.

Bạn nên vận dụng chính tình huống và cách thức nó tác động đến bạn để nhận ra rằng nó đang làm thương tổn lòng vị kỷ và sự tham luyến của bạn đối với cuộc sống này. Chúng không làm tổn thương lòng bi mẫn của bạn, không làm tổn hại từ tâm của bạn, không làm tổn hại tâm Bồ-đề, không làm tổn hại trí tuệ về tánh Không của bạn. Những khía cạnh tích cực đó của tâm bạn không cảm thấy bị thương tổn. Chỉ có khía cạnh tiêu cực của tâm bạn - những quan niệm sai lầm và những tư tưởng vị kỷ - mới cảm thấy bị tổn thương.

Tư tưởng vị kỷ sai lầm

Vì sao đây là một tư tưởng sai lầm? Trước tiên, đúng là có một "cái tôi", nhưng đó hoàn toàn chỉ là sự quy gán của tâm thức, do có sự hiện hữu của những yếu tố nền tảng để quy gán là các uẩn, bao gồm cả thân và tâm. Khi thân thể bị giam giữ trong tù ngục cùng với tâm, điều đơn giản là tâm thức sẽ định danh sự việc và quy gán một cách đơn thuần: "Tôi ở trong tù", và rồi tâm thức tin vào điều đó. Thiền định này rất cần được thực hiện mỗi ngày và trong mọi lúc. Tâm chỉ đơn thuần quy gán lên sự việc và sau đó tin chắc vào những gì nó đã quy gán.

Trong thực tế, nếu bạn phân tích thì sẽ thấy là không hề có "cái tôi" đích thực bị ném vào tù. Không ai có thể đưa "cái tôi" đó vào tù, vì thật ra thì không hề có một "cái tôi" đích thực nào hiển hiện và được tin là tự nó tồn tại như thế. Bạn không thể tìm thấy "cái tôi" đó ở bất kỳ nơi đâu. Thân thể này không phải là "tôi", mà tâm này cũng không phải là "tôi". Nếu bạn phân tích sâu hơn nữa thì cũng không có phần nào trong các uẩn là "cái tôi" đích thực đó. Ngay cả sự kết hợp cả năm uẩn cũng không phải là "cái tôi" đó. "Cái tôi" đó cũng không thể tìm thấy ở bất kỳ nơi đâu trong các uẩn. Như vậy, cái tôi đó không thể tìm thấy trong những yếu tố nền tảng (của sự quy gán) là các uẩn.

Không thể tìm thấy "cái tôi" đó ở bất kỳ nơi đâu, từ đỉnh tóc trên đầu xuống tới các ngón chân. Cũng không thể tìm thấy "cái tôi" đó bên trong hay bên ngoài thân thể. Không thể tìm thấy "cái tôi" đó, nó không hiện hữu ở bất kỳ nơi đâu - không trên trời, dưới đất - không ở đâu cả. Không thể tìm thấy nó!

"Cái tôi" đó không thể tìm thấy qua suy luận. Cũng không thể tìm thấy bằng kiểm chứng khoa học. "Kiểm chứng khoa học" có nghĩa là sử dụng lý trí. Bằng vào trí tuệ, điều bạn nhận thức được sau khi thực hiện phân tích là, về mặt khoa học, không hề hiện hữu một "cái tôi" (với tự tính tự tồn), nó hoàn toàn trống không. Đây chính là thật tánh rốt ráo của "cái tôi" - tức là thực tại.

Bây giờ bạn có thể nhận ra tư tưởng vị kỷ là một ý niệm hoàn toàn sai lầm như thế nào. Không hề có một "cái tôi" đích thực theo nghĩa là một "cái tôi" tự nó tồn tại. Bởi vô minh, "cái tôi" được tin tưởng là thật có, là tự nó tồn tại, vì nó có vẻ là như vậy. "Cái tôi" ấy chỉ là một phóng chiếu từ những chủng tử tiêu cực do sự vô minh trước đây để lại. Đó là "cái tôi" mà bạn hết sức yêu quý. "Cái tôi" ấy, đối tượng của vô minh, lại được yêu quý!

Sự nhận hiểu này là điều quý báu nhất, quan trọng nhất, quý báu hơn mọi thứ khác, là điều quý báu nhất trong tất cả chúng sinh hữu tình, thậm chí là điều quan trọng nhất trong tất cả những bậc linh thánh, tất cả chư Phật và Bồ Tát!

Bạn có thể thấy việc yêu quý "cái tôi" là một ý niệm hoàn toàn sai lầm, bởi như tôi đã mô tả trước đây, không hề có một "cái tôi" nào hiện hữu để có thể là "cái tôi" được yêu quý này.

"Cái tôi" quả thật hiện hữu đó chỉ là một "cái tôi" hoàn toàn do tâm thức quy gán và nó hiện hữu vì có những nền tảng (của sự quy gán) là các uẩn. Thân thể không phải là "cái tôi", tâm thức không phải là "cái tôi", và "cái tôi" không thể tìm thấy trong các uẩn. Tương tự như thế, không thể nào tìm thấy một "cái tôi" đích thực trông có vẻ như đang hiện hữu và được tin là tự nó hiện hữu.

Bây giờ bạn có thể thấy rõ ràng là "cái tôi" đích thực trông có vẻ như tự nó hiện hữu không hề ở trong tù. Bạn không thể tìm thấy nó trong tù, bạn không thể tìm thấy nó ở nhà, hay nơi các uẩn - là những yếu tố nền tảng của sự quy gán.

Bạn phải thực hành thiền định quán chiếu này mỗi ngày.

Thực hành này rất quan trọng, cho dù nó tốn bao nhiêu thời gian đi chăng nữa.

Thiện tâm của những người đưa bạn vào tù

Bạn càng khám phá ra thực tại tối hậu thì bạn càng nhận ra rằng những người đưa bạn vào tù - con cái bạn, quan tòa, nhân viên chăm sóc trẻ em, cảnh sát - đã giúp bạn nhận ra tánh Không. Việc bạn ở trong tù đã khiến cho bạn thiền định về tánh Không, thực tại tối hậu, khiến bạn học tập về nó và khám phá nó. Đây là một cơ hội vô giá, bởi việc nhận ra tánh Không khiến bạn có thể thành tựu sự giải thoát và vĩnh viễn thoát khỏi biển khổ luân hồi và những nguyên nhân của nó: những phiền não đã hiện hữu trong lòng bạn từ vô thủy, cũng như nghiệp. Do nghiệp và phiền não, bạn đã đau khổ trong sinh tử luân hồi từ vô thủy đến nay; bạn đã từng chết và tái sinh và sau đó lại chết... Bạn đã liên tục trải qua những nỗi khổ đau trong sáu cõi, tiếp nối nhau luân chuyển, như một chuỗi dây xích.

Tất cả những điều này gây ra bởi cội gốc của sinh tử, việc bám chấp và ôm giữ "cái tôi" như là thực sự hiện hữu, như là thật có, trong ý nghĩa là tự nó hiện hữu, cũng như việc bám chấp vào các hiện tượng, vào các uẩn - việc ôm giữ các uẩn như thực có trong ý nghĩa là tự chúng hiện hữu và không phải hoàn toàn do tâm thức quy gán.

Trí tuệ nhận ra tánh Không là điều duy nhất chặt đứt gốc rễ của luân hồi và có thể tiệt trừ mọi mê lầm, kể cả những chủng tử của chúng. Khi bạn kinh nghiệm sự hoàn toàn chấm dứt đau khổ và mọi nguyên nhân gây đau khổ, khi bạn kinh nghiệm bản tánh rốt ráo của tâm, khi ấy bạn đạt được giải thoát.

Bạn có thể nhận ra rằng bạn chỉ có thể đạt được giải thoát khỏi mọi đau khổ trong luân hồi và những nguyên nhân của chúng nhờ vào trí tuệ nhận biết tánh Không. Nếu vợ bạn, con cái bạn, những dịch vụ chăm sóc trẻ em, quan tòa v.v... trước đây không đưa bạn vào tù, hẳn bạn đã không gặp được Pháp. Bạn thích điều nào hơn? Không phải vào tù và không bao giờ gặp được Pháp? Và sống một cuộc đời tràn ngập những phóng dật, dự những buổi tiệc, những chuyện này chuyện kia, và làm những việc chỉ với động cơ tham luyến cuộc đời này, bị cuốn hút bởi sự tham luyến, lặp đi lặp lại đúng những việc mà bạn đã từng làm trong những kiếp tái sinh từ vô thủy đến nay? Không có gì mới mẻ, kể cả mọi kinh nghiệm về lạc thú, chẳng hạn như tiêu phí đời bạn trong việc chạy đua trên một chiếc mô tô to tướng với tiếng máy ầm ĩ, săn đuổi bạn trai hay bạn gái v.v... Bạn có thể thấy rằng, như thế thực vô cùng tẻ nhạt.

Hãy quán chiếu rằng, trong những kiếp tái sinh từ vô thủy đến nay bạn đã có và đã từng làm tất cả những điều đó đến vô số lần. Cho dù bạn chỉ làm tất cả những điều đó một lần duy nhất thôi, thì cuộc sống như thế cũng thật là chán ngắt. Vì có quá nhiều phóng dật và tham muốn lạc thú trong đời này nên bạn sẽ không quan tâm chút nào đến Giáo Pháp. Sự tham muốn đã choán hết thời gian để bạn thực hành Pháp.

Cho dù bạn có quan tâm đến Pháp thì sự tham muốn cũng không nhường lại cho bạn thời gian để học tập, để thực hành thiền định, để đọc lamrim và những quyển sách Pháp khác, hay để sống trong các giới nguyện. Vì thế, bất kỳ điều gì mà tất cả những người ấy đã làm để đưa bạn vào tù, hóa ra là để bạn được vĩnh viễn tự do và thoát khỏi tù ngục luân hồi! Đây chẳng phải là điều kỳ diệu hay sao? Việc họ đưa bạn vào tù đã thuyết phục tâm bạn phải suy nghĩ sâu xa về cuộc đời bạn, và phải nghiêm túc làm một điều gì đó có ý nghĩa hơn là chỉ đùa giỡn với cuộc đời bạn; không lãng phí cuộc đời chỉ như một cái máy hút bụi, hay như giấy vệ sinh chỉ để lau sạch phân.

Việc họ đưa bạn vào tù là một hỗ trợ phi thường. Nó hướng đời bạn tới sự giải thoát thay vì tới những cõi thấp và sinh tử, và không chỉ có thế, việc ấy còn hướng bạn tới giác ngộ. Bởi họ đưa bạn vào tù, bạn mong muốn một cách nghiêm túc làm cho cuộc đời bạn tốt đẹp hơn, đáng sống, và đầy ý nghĩa. Nó khiến bạn suy tưởng, khiến bạn khám phá, nó đánh thức tâm bạn. Họ làm bạn thức giấc. Thức giấc từ những gì? Từ một cuộc đời từng bị lãng phí cho đến lúc này bởi chỉ tạo ra toàn nghiệp xấu ác và những nguyên nhân đau khổ trong các cõi thấp; một cuộc đời chỉ từng được sử dụng như một kẻ nô lệ cho những phiền não. Ở trong tù, bạn không chỉ gặp Phật Pháp, bạn còn gặp được những giáo lý Đại thừa, tâm Bồ-đề, và con đường tu tập từng bước đưa đến giải thoát (lamrim). Bạn thấy được bằng cách nào mà sự việc này đã xoay chuyển đời bạn hướng tới sự giác ngộ, đại lạc viên mãn tối thượng, nơi không còn gì nữa để thành tựu. Đó là sự chấm dứt mọi sai lầm của tâm thức và sự thành tựu mọi phẩm tính.

Giờ đây bạn có thể thấy rằng tất cả những người đã đưa bạn vào tù là vô cùng đáng quý và cực kỳ tử tế đối với bạn. Không ngôn từ nào có thể diễn tả được những gì họ đã làm cho bạn. Cho dù cả thế giới này được chứa đầy châu ngọc, đô-la, vàng bạc và kim cương, và bạn dâng tặng tất cả những thứ ấy cho họ, bạn cũng không thể đền đáp được hết lòng tử tế của họ về việc họ đã mang lại cho bạn tặng vật này. Bạn nên quán chiếu mỗi ngày về lòng tử tế của họ. Chính sự tử tế của họ đã thuyết phục bạn thực hành sự từ bỏ - sự xả ly nhận ra rằng sinh tử có bản chất là đau khổ. Đây là một sự tử tế phi thường. Họ cũng thuyết phục bạn mở rộng trái tim, tìm kiếm những điều có ý nghĩa trong cuộc sống, đón nhận Phật Pháp, tu học về tâm Bồ-đề, và thiền định về tánh Không. Đây là một sự tử tế phi thường, một lòng tốt bao la. Lòng tốt của họ bao la như bầu trời.

Có 10 lợi lạc của tâm Bồ-đề tâm được đề cập đến trong lamrim, như được giảng trong sách Giải thoát trong Lòng Tay, cũng như trong tác phẩm Bodhisattvacaryavatara (Nhập Bồ Tát Hạnh) của ngài Tịch Thiên (Shantideva). "Sau khi thân thể bất tịnh này phát khởi tâm Bồ-đề, nó trở thành thân linh thánh vô giá của Đấng Chiến Thắng. Vì thế hãy hộ trì tâm Bồ-đề một cách kiên định."

Thân thể mà ta hiện có được tạo nên bởi sự mê lầm và nghiệp; thân ấy nằm trong bản tánh đau khổ duyên hợp rộng khắp. Trên nền tảng này, có nỗi khổ của sự biến đổi (hoại khổ). Lạc thú sinh tử là nỗi khổ của sự biến đổi. Cũng có nỗi khổ của sự đau đớn (khổ khổ), và nhiều đau khổ của thân và tâm. Điều bản văn đang nói đến là nhờ thực hành tâm Bồ-đề bạn có thể hoàn toàn giải thoát khỏi đau khổ này và thành tựu thân linh thánh của một vị Phật, thân linh thánh kim cương thuần tịnh.

Bạn không chỉ thoát khỏi đau khổ, bạn còn có thể thoát khỏi những tư tưởng xao động cùng những che chướng thô và tế. Bạn có thể đạt được thân bất tử trùm khắp mọi sự hiện hữu - một thân linh thánh trùm khắp toàn thể thế giới, và toàn thể thế giới trùm khắp toàn thể thân. Đây là điều mà thân linh thánh của một vị Phật có thể làm. Không có giới hạn, vì thế bạn có thể làm lợi lạc tất cả chúng sinh. Sự chuyển hóa như thế xuất phát từ tâm Bồ-đề. Với tâm Bồ-đề, bạn cũng có thể tịnh hóa mọi nghiệp hay hành vi xấu ác nào bạn đã từng tạo ra. Bạn cũng có thể kinh nghiệm hạnh phúc trong đời này và thậm chí còn quan trọng hơn nữa, hạnh phúc của mọi đời sống tương lai, hạnh phúc rốt ráo của sự giải thoát khỏi luân hồi, và cuối cùng là sự toàn giác.

Vô số chúng sinh trong các cõi trời, người, a-tu-la, địa ngục, ngạ quỷ, súc sinh có thể nhận lãnh toàn bộ hạnh phúc này, cho đến được giác ngộ, từ tâm Bồ-đề của bạn. Điều ấy không phi thường sao? Thật kỳ diệu biết bao khi nhận biết rằng, bạn có thể mang toàn bộ niềm hạnh phúc này, cho tới sự giác ngộ, đến cho nhiều triệu người trong một quốc gia, trên thế giới này, trong những vũ trụ khác. Ở một nơi nhỏ bé, dưới một hòn đá có một tổ kiến, trong đó có nhiều ngàn con kiến và bạn có thể tạo ra cho chúng mọi hạnh phúc, cho tới sự giác ngộ. Trong một cánh đồng, trên một ngọn núi, trong một quốc gia, trong mọi quốc gia trên thế giới, có vô vàn chúng sinh. Có vô số cá trong nước trên toàn thế giới, từ con cá khổng lồ cho tới những con cá tuế nhỏ tí xíu, và thậm chí rất nhiều sinh vật nhỏ hơn nhiều, chỉ có thể nhìn thấy qua kính hiển vi. Tâm Bồ-đề của bạn có thể tạo nên mọi hạnh phúc này, cho tới sự giác ngộ, cho tất cả chúng sinh đó. Đây mới chỉ nói về một loại động vật. Thật là phi thường nếu bạn nghĩ đến điều tương tự cho tất cả những loại động vật khác nhau đang hiện hữu. Chúng nhiều vô số kể. Có vô số chúng sinh trong các cõi địa ngục, ngạ quỷ, trời và a-tu-la. Bạn không thể hình dung được những gì mà tâm Bồ-đề của bạn có thể làm. Còn có điều gì khác trong đời để vui hưởng? Dù bạn ở tù hay ở nhà thì cũng không thành vấn đề. Dù bạn ở nơi đâu, nếu có thể, hãy thực hành tâm Bồ-đề. Đây là cuộc đời tốt đẹp nhất, hạnh phúc nhất, nhiều ý nghĩa nhất - không chỉ cho bản thân bạn mà cho tất cả mọi người. Cho dù thân bạn ở đâu đi chăng nữa thì tâm bạn vẫn luôn có thể thực hành tâm Bồ-đề.

Vì thế, giờ đây bạn có thể nhận ra rằng gia đình bạn và tất cả những người đưa bạn vào tù đã cho bạn cơ hội này, khiến bạn tỉnh giấc và mở rộng trái tim bạn hướng tới tâm Bồ-đề. Lòng tốt của họ thật vô hạn, thật bao la. Ngay cả việc chứa đầy cả thế giới này với kim cương, vàng, hàng triệu đô la, và những viên ngọc như ý có thể ban cho bạn bất kỳ điều gì bạn muốn - tất cả những thứ đó cũng không thể đền đáp lòng tốt của họ. Họ là những người tử tế nhất, đáng quý trọng nhất trong trái tim bạn.

Đây là thiền định quan trọng nhất cho đời sống hàng ngày của bạn. Một người nào đó tử tế với bạn thì không có nghĩa là họ phải có ước muốn bạn được hạnh phúc, xoa đầu bạn, mang đến cho bạn món sô-cô-la, kem, LSD (loại ma túy mạnh) hay cần sa. Trí tuệ trực nhận tánh Không, vốn giải trừ trực tiếp những ô nhiễm thô và tế, là Pháp chân thực, không có tư tưởng làm lợi lạc cho bạn. Sự trực nhận tánh Không tự nó không quan tâm đến khổ đau hay hạnh phúc của bạn, nhưng nó vô cùng quý báu bởi phương cách mà nó mang lại lợi lạc cho bạn. Cứ cho là gia đình bạn và những người khác đã không nghĩ đến việc làm lợi lạc cho bạn mà chỉ muốn trả miếng, thì bạn vẫn đang nhận được tất cả những lợi lạc này từ họ, chẳng hạn như tịnh hóa nghiệp từ những kiếp tái sinh từ vô thủy, tạo công đức rộng lớn của trí tuệ và đức hạnh, và tạo lập rất nhiều nguyên nhân cho hạnh phúc bằng cách sống trong những giới nguyện, qua đó bạn tích tập công đức 24 giờ mỗi ngày trong khi ngủ, khi ăn v.v... Bất kỳ giới nguyện nào bạn trì giữ cũng làm cho cuộc đời bạn có ý nghĩa và lợi lạc, bởi mọi công đức bạn tạo ra mỗi ngày đều được tăng lên gấp 100.000 lần. Nhờ vào sự tử tế của họ mà bạn có được những cơ hội quý báu này để tạo nhân cho hạnh phúc của những đời tương lai, những tái sinh tốt lành, được tái sinh vào một cõi Tịnh độ, được giải thoát và giác ngộ - như vậy có nghĩa là, những người này thật đáng trân quý nhất trong cuộc đời bạn.

Phát triển lòng bi mẫn bằng cách quán chiếu về nỗi khổ trong tương lai của những người ấy

Có ba cách nghĩ tưởng và những phương pháp được dùng đối với những người ấy. Một là sử dụng cách thức họ đã đối xử với bạn để phát triển lòng bi mẫn đối với họ. Giống như vị thánh vĩ đại, Bồ Tát Shantideva đã nói: "Nghiệp của tôi đã buộc tôi nhận tai họa này. Bởi hành động làm hại chúng sinh này, há tôi đã không khiến họ bị đắm chìm trong các cõi địa ngục hay sao?"

Ngài Shantideva nói rằng, trong những đời quá khứ bạn đã đổ lỗi và buộc tội họ về những điều họ không làm và đưa họ vào tù, có nghĩa là bạn đã làm cho họ chính những điều mà họ làm cho bạn. Đây là cách nghiệp vận hành. Vì thế, trong đời này bạn đang kinh nghiệm kết quả của nghiệp đó. Cũng giống như bạn đã gieo trồng một hạt giống và bây giờ nó đang nẩy mầm. Do bởi điều đó, giờ đây nghiệp đang chín mùi là lý do khiến họ đối xử với bạn như vậy, là lý do khiến họ buộc tội và đổ lỗi cho bạn và đưa bạn vào tù trong đời này. Nghiệp tiêu cực mà họ tạo nên bằng cách đối xử với bạn như thế này và đưa bạn vào tù sẽ khiến họ bị tái sinh trong những địa ngục thấp nhất. Mặc dù bây giờ họ là những con người, khi chết tâm thức họ sẽ đi tới những cõi địa ngục thấp nhất, giống như rơi từ một vách đá xuống những vực thẳm, rơi xuống các địa ngục nóng hừng hực lửa và vào các địa ngục lạnh.

Nếu lúc ban đầu bạn không là người đổ lỗi và đối xử với họ như bạn đã làm trong quá khứ, thì sẽ chẳng có gì để thuyết phục họ làm hại bạn vào lúc này, đối xử với bạn theo cách này, đổ lỗi cho bạn và đưa bạn vào tù. Sẽ chẳng có nguyên nhân và lý do nào cả. Điều đó hẳn đã không thể xảy ra. Và từ nghiệp tiêu cực làm hại bạn này, họ sẽ bị tái sinh vào những cõi địa ngục. Họ không có chút tự do nào. Họ hoàn toàn bị sai sử bởi sự mê lầm và nghiệp, do bạn là người khởi đầu trước nhất. Bạn có thể thấy rằng toàn bộ những điều đó đến từ bạn. Toàn bộ tiến trình của tất cả những điều này đến từ những phiền não của bạn: tư tưởng vị kỷ, sự sân hận, tham luyến v.v...

Khi bạn suy nghĩ như thế thì tất cả những người ấy chỉ trở thành một đối tượng của lòng bi mẫn và bạn không thể có những tư tưởng sân hận đối với họ. Thay vì ước muốn họ làm hại, bạn nghĩ: "Tôi có thể làm gì để giúp họ, để che chở cho họ thoát khỏi những cõi thấp, khiến họ không bao giờ phải kinh nghiệm tất cả những nghiệp đó và giải thoát họ khỏi luân hồi?"

Bạn có thể hồi hướng công đức và cầu nguyện cho những điều này xảy ra, cầu nguyện cho họ thành tựu giải thoát và giác ngộ càng mau chóng càng tốt bằng cách quy y Phật, Pháp và Tăng. Bạn có thể tụng các thần chú và quán tưởng ánh sáng và chất cam lồ phát ra từ Phật, Pháp và Tăng đoàn, đi vào thân và tâm họ, tịnh hóa nghiệp tiêu cực, bệnh tật, và những phiền não của họ, và họ trở nên giác ngộ (như trong thiền định của bạn về Đức Phật Thích-ca Mâu-ni, Đức Phật Dược Sư hay Đức Quán Thế Âm). Sau khi bạn hoàn tất những thực hành buổi sáng, buổi chiều và buổi tối, hãy hồi hướng những công đức đó cho họ để chứng ngộ sự quy y, tâm Bồ-đề, sự giải thoát và giác ngộ. Nhờ suy tưởng như thế, giống như chư vị Bồ Tát trong quá khứ đã làm, bạn sẽ chỉ xúc động thương cảm và có lòng bi mẫn đối với họ.

Việc chấp nhận và cách bạn nhìn hoàn cảnh

Thiền định này xuất phát từ những điều Đại Bồ Tát Tịch Thiên (Shantideva) đã nói: "Trong quá khứ tôi đã làm tổn hại quá nhiều chúng sinh, vì thế giờ đây họ đang làm hại tôi. Do đó, tôi đáng phải nhận chịu sự tổn hại này."

Về cơ bản thì đó là vấn đề chấp nhận hoàn cảnh. Nếu bạn không chấp nhận hoàn cảnh thì sự việc sẽ trở thành một vấn đề nan giải. Nếu bạn chấp nhận hoàn cảnh là bị người khác đổ lỗi và đưa vào tù và bạn không chối bỏ điều đó, thì sự việc không trở thành vấn đề. Chấp nhận là điều đầu tiên cần thực hành, là thực hành chuyển hóa tư tưởng, là thực hành Pháp. Nhiều vấn đề của cuộc sống đến từ việc không chấp nhận hoàn cảnh, và vì thế nó trở thành một vấn đề. Nhưng ngay khi bạn chấp nhận hoàn cảnh, ngay khi bạn chấp nhận bất kỳ vấn đề gì bạn gặp phải, thì vấn đề lập tức trở nên hết sức nhỏ nhặt và thậm chí là mất hẳn. Sự việc có trở thành một vấn đề hay không thì tùy thuộc vào tâm thức của chính bạn, ý niệm của chính bạn.

Một khi bạn quy gán: "Đây là vấn đề", thì điều đó lập tức trở thành vấn đề cho bạn. Nếu bạn không định danh "vấn đề" thì không có vấn đề gì cả. Khi tâm thức bạn định danh sự việc thì bạn nhìn thấy "vấn đề" từ đó. Nếu sự việc không bắt đầu với sự định danh như thế thì hẳn đã không có sự xuất hiện của vấn đề và bạn hẳn đã không nhìn thấy vấn đề. Đây là một mô tả khoa học về cách chúng ta nhìn thấy niềm vui và các vấn đề. Mọi sự đến từ tâm thức của chính bạn. Trong bất kỳ tình huống nào, ngay khi bạn định danh "vấn đề" và nhìn vào sự việc như một vấn đề, thì sự việc đó lập tức trở thành một vấn đề cho bạn. Nếu bạn nhìn sự việc như một niềm vui, hiểu nó là niềm vui, thì sự việc xuất hiện như niềm vui và bạn trải nghiệm niềm vui.

Ví dụ như nếu có ai đánh bạn, và bạn nhận thấy điều đó thật thú vị, mặc dù bạn cảm thấy đau đớn, bạn định danh điều đó là "tốt," là "niềm vui," và bạn không thấy đó là một vấn đề. Nhưng nếu bạn không muốn người đó đánh bạn, bạn quy gán cho việc bị đánh là một vấn đề. Bạn trở nên hết sức giận dữ và gọi cảnh sát, hay bạn có thể đánh đập, làm bị thương, giết hại người đó hay đưa họ vào tù. Bạn muốn gây tổn hại cho họ. Khi họ đánh bạn bằng một sợi dây lưng hay roi da, sự đau đớn xuất hiện. Đây không phải trường hợp một người kia đánh bạn và bạn chỉ cảm thấy hân hoan. Nỗi đau cũng giống nhau ở cả hai trường hợp, nhưng sự việc có thành vấn đề hay không thì tùy thuộc vào cách tâm bạn quy gán cho sự việc, tùy thuộc vào tư tưởng của bạn.

Khi bạn sống với người bạn muốn quan hệ tình dục, bạn không thấy việc giao phối là một vấn đề, mà là một niềm vui. Nhưng nếu có người nào đó mà bạn không tham luyến, cưỡng bức bạn phải quan hệ tình dục thì bạn gọi đó là "hãm hiếp". Tùy thuộc vào việc tâm bạn định danh như thế nào, sự việc sẽ trở thành niềm vui hay vấn đề. Niềm vui, vấn đề, hay đau khổ không hề tự chúng tồn tại.

Tong-len

Bạn có thể vận dụng hoàn cảnh để tu tập tâm Bồ-đề bằng cách thực hành *tong-len*: nhận lãnh nghiệp xấu ác và nỗi khổ sống trong ngục tù khó chịu của tất cả chúng sinh, và phát triển lòng bi mẫn đối với bất kỳ ai có nghiệp bị tù đày, cũng như tự thân chốn tù đày ấy. Hãy nhận về mình tất cả sự mê lầm và nghiệp, ngay cả chủng tử vi tế của phiền não, và hướng chúng về tâm vị kỷ của bạn. Vào lúc ấy, giống như một quả bom nổ tung, tất cả những điều đó sẽ không còn hiện hữu.

Nếu bạn vận dụng việc ở trong tù để thực hành *tong-len* bằng cách nhận về mình những nỗi khổ của vô lượng chúng sinh mang nghiệp tù đày, bạn sẽ tạo được vô lượng công đức. Bạn cũng nhận lấy những nguyên nhân của đau khổ - nghiệp xấu ác và phiền não - và qua việc nhận lấy nhận những chủng tử vi tế của nghiệp và phiền não, bạn cũng tích tập những khối lượng công đức lớn lao. Khi bạn hiến tặng thân thể bạn cho vô lượng chúng sinh với thiện tâm từ ái thì cũng tương tự như thế. Thêm nữa, khi bạn cho đi tài sản của mình thì bạn tích tập công đức vô hạn.

Mỗi lần bạn thực hành tong-len và cho đi những công đức trong quá khứ, hiện tại và tương lai cùng với tất cả hạnh phúc của bạn, kể cả sự giác ngộ, thì bạn lại tích tập công đức bao la vô hạn và tịnh hóa được nghiệp xấu ác trong hàng nhiều kiếp.

Mỗi lần bạn thực hành thiền định nhận lãnh khổ đau về mình và cho đi công đức, bạn tiến gần đến sự giải thoát và giác ngộ cũng như tiến gần hơn nữa tới việc có thể giác ngộ tất cả chúng sinh.

Giờ đây bạn có thể thấy việc họ đưa bạn vào tù là một điều tích cực thật khó có thể tin nổi. Điều đó vô cùng quý báu, hết sức tốt lành, và là điều bạn thực sự cần thiết để tịnh hóa và tích tập rất nhiều công đức trong một thời gian ngắn ngủi như thế, và để trở thành một vị Phật. Đó là một điều đáng hoan hỷ. Đó không phải điều tồi tệ hay đau khổ, mà là điều khiến bạn vô cùng hạnh phúc. Việc bạn có được cơ hội này để thực hành sự từ bỏ, tâm Bồ-đề và cái nhìn đúng đắn (chánh kiến), cũng như lòng sùng mộ Đạo sư là điều vô cùng tốt lành. Vì thế, giờ đây bạn nhận ra rằng điều đó là hoàn toàn hạnh phúc.

Những gì cần thiết để thành tựu Nhẫn nhục Ba-la-mật

Việc có những người đổ lỗi cho bạn và đưa bạn vào tù là điều bạn thực sự cần thiết. Điều đó là tốt đẹp, bởi cuối cùng nó mang lại cho bạn niềm hỷ lạc to lớn. Đó là một điều vui thích. Hãy suy nghĩ: "Điều này giúp tôi thực hành nhẫn nhục, con đường đi tới giác ngộ." Sau khi phát triển tâm Bồ-đề, bạn có sáu pháp ba-la-mật để thực hành. Điều tôi đang nói đến là Nhẫn nhục ba-la-mật.

Nhờ thực hành nhẫn nhục với những người đưa bạn vào tù, bạn giảm bớt sự sân hận, và sau một thời gian thì thậm chí sân hận không còn sinh khởi, hoặc nó chỉ có trong một thời gian rất ngắn, nhờ tâm bạn đã tu tập nhẫn nhục. Và rồi, bạn sẽ chẳng bao giờ còn nổi giận với bất kỳ ai, dù họ đối xử với bạn ra sao đi nữa. Nếu bạn không nổi giận thì bạn sẽ không làm tổn hại ai bằng thân, ngữ hay tâm bạn. Việc không làm tổn hại đó là sự an bình và hạnh phúc mà bạn có thể hiến tặng cho những người khác từ đời này sang đời khác. Thực hành nhẫn nhục có thêm một lợi lạc nữa là bạn có thể mang lại rất nhiều an bình và hạnh phúc cho tâm hồn và cuộc sống của chính bạn, và của gia đình, láng giềng, xứ sở bạn cũng như toàn thể thế giới - từ đời này sang đời khác.

Toàn bộ hạnh phúc này đến từ việc thực hành nhẫn nhục. Bạn có thể hiến tặng toàn bộ hạnh phúc này cho vô lượng chúng sinh do lòng tốt của gia đình bạn, con cái bạn, dịch vụ chăm sóc trẻ em, quan tòa v.v... - tất cả những người đã đổ lỗi cho bạn và đưa bạn vào tù. Bằng cách thực hành nhẫn nhục với họ, bạn có thể hiến tặng tất cả sự an bình và hạnh phúc này cho rất nhiều chúng sinh. An bình và hạnh phúc này thực sự đến từ họ, từ lòng tốt của họ, vì thế tôi lặp lại, họ cực kỳ đáng quý. Để thực hành, bạn có thể sử dụng những cách thức họ đã đối xử với bạn, đổ lỗi cho bạn, thao túng bạn, và đưa bạn vào tù. Hãy sử dụng những cách thức ấy để thành tựu Nhẫn nhục ba-la-mật và nhờ đó mà thành tựu sự toàn giác. Khi ấy, bạn có thể đưa vô lượng chúng sinh trong các cõi địa ngục, ngạ quỷ, súc sinh, người, trời và a-tu-la đến sự giác ngộ. Nếu bạn không thực hành nhẫn nhục với họ, sân hận sẽ phát khởi, và khi đó mọi thái độ phiền não, náo động, xấu ác khác nữa sẽ khởi lên nhắm đến họ, và rồi thì bạn phạm nhiều hành động xấu ác. Những người đó có thể trở thành những vị Thầy thiết thực cho bạn về sự nhẫn nhục. Đây là cách thức khác để suy tưởng về lòng tốt của họ và việc họ đáng quý trọng như thế nào.

Một phương pháp khác có thể giúp bạn khởi lòng bi mẫn hay nhẫn nhục được giải thích trong lamrim là: Nếu có ai đánh bạn bằng một cây gậy, bạn đâu có giận cây gậy. Cây gậy do người ấy sử dụng không có tư tưởng làm hại bạn. Nó không có sự chọn lựa. Tương tự như thế, người làm hại bạn cũng không có sự chọn lựa, họ hoàn toàn bị những phiền não kiểm soát, sai sử. Vì thế, họ chỉ là một đối tượng của lòng bi mẫn. Họ quá sức đau khổ, hoàn toàn bị những mê lầm của họ khống chế và sai sử như một kẻ nô lệ. Đây là một phương thức để thực hành nhẫn nhục và phát triển lòng bi mẫn.

Tư tưởng vị kỷ tai hại

Thiền định hữu hiệu nhất là luôn nhớ đến toàn cảnh vấn đề. Nếu bạn yêu quý "cái tôi," điều đó gây cho bạn những đau khổ không mong muốn. Nó mở ra cánh cửa dẫn tới mọi vấn đề bất ổn và chướng ngại, không chỉ trong đời này, mà còn từ đời này sang đời khác, bằng cách luân hồi trong sáu cõi và ngập chìm trong bể khổ mà bạn vốn đã phải chịu đựng trong những kiếp tái sinh từ vô thủy đến nay. Nếu bạn tiếp tục yêu quý "cái tôi" ấy, bạn sẽ phải nhận lãnh khổ đau vô tận trong luân hồi. Bạn sẽ không thể thành tựu giác ngộ, giải thoát, hạnh phúc trong những đời sau, hoặc ngay cả hạnh phúc trong đời này. Việc yêu quý "cái tôi" không chỉ đã từng làm hại bạn trong những kiếp tái sinh từ vô thủy và sẽ không ngừng gây tổn hại cho bạn trong tương lai, mà còn làm tổn hại cho vô số chúng sinh từ đời này sang đời khác.

Hãy suy nghĩ về thái độ ích kỷ của bạn nguy hiểm ra sao đối với vô số chúng sinh vốn luôn mong cầu hạnh phúc và không muốn chịu đau khổ, cũng giống như bạn. Không có gì khủng khiếp hơn tư tưởng ích kỷ đó. Nó tai hại hơn so với tất cả những trái bom trên thế giới. Những trái bom không gây hại từ vô thủy trong luân hồi và cũng sẽ không mãi mãi làm hại bạn. Cho dù bạn có bị tan thây vì một quả bom, những gì nó gây ra chỉ là tách lìa tâm thức bạn ra khỏi thân xác, nhưng nếu bạn đã thực hành Pháp trong đời này và đã tích tập rất nhiều công đức, thì cho dù có bị hại vì một quả bom nguyên tử, bạn cũng sẽ nhận được một tái sinh tốt lành trong đời sau đó - được làm người hay sinh về Tịnh độ. Tương tự như thế, nếu bạn chết vì bệnh ung thư; nhờ đã thực hành tâm Bồ-đề, bạn sẽ có một tái sinh tốt đẹp. Nhưng tư tưởng vị kỷ tai hại còn hơn tất cả 404 bệnh tật[1] trong thế giới này, kể cả bệnh ung thư, bệnh AIDS v.v... Những bệnh tật này chẳng là gì cả nếu so sánh với tư tưởng vị kỷ. Chúng chỉ tách rời tâm thức ra khỏi thân xác. Chúng không làm hại những đời sau của bạn và không dẫn tới những cõi thấp, nhưng khuynh hướng và tư tưởng ích kỷ thì thực sự gây ra những tai hại đó.

Trái lại, việc yêu quý dù chỉ một người khác hay một con côn trùng và mong muốn đối tượng yêu quý được hạnh phúc sẽ mở ra cánh cửa dẫn tới mọi hạnh phúc: hạnh phúc và sự an bình trong đời sống hằng ngày và hạnh phúc vào lúc chết, hạnh phúc trong những đời sau, sự giải thoát, và giác ngộ. Tư tưởng mong muốn mang lại hạnh phúc rốt ráo cho ngay cả một chúng sinh thôi, cũng sẽ là nhân lành để vô số chúng sinh được trải qua mọi hạnh phúc cho tới khi giác ngộ. Cho dù bạn không có sự thực chứng về tâm Bồ-đề, chỉ riêng tư tưởng muốn mang lại hạnh phúc cho một con côn trùng hay một con người cuối cùng cũng sẽ tạo nên rất nhiều lợi lạc và hạnh phúc cho vô số chúng sinh.

Phá trừ tập khí tham luyến

Trong thư, bạn đã đề cập tới thói quen và biết bao rắc rối do nó gây ra. Trong giáo lý có dạy rằng: "Nếu bạn đổ mật

---

[1] Một cách nói tượng trưng thường gặp trong kinh điển, để chỉ tất cả bệnh tật của thân thể, dựa trên quan điểm thân thể cấu thành từ bốn đại (đất, nước, gió, lửa) và mỗi đại khi mất quân bình có thể gây ra 101 bệnh não, nhân lên thành 404. (ND)

ong lên cây ớt, điều đó sẽ chẳng làm ớt ngọt." Giống như thế, tham muốn tính dục là một thói quen không bắt đầu trong đời này. Nó bắt nguồn từ những đời sống quá khứ, từ vô thủy. Bạn đã có trong tâm thói quen tham muốn đối với người khác phái và khoái lạc tình dục nói chung suốt trong những kiếp tái sinh từ vô thủy, nên ta gọi đó là tập khí. Bạn cần phải hiểu rõ sức mạnh ghê gớm đến như thế nào của tập khí tham luyến mà bạn đã mắc phải từ vô thủy, do những nguyên nhân và điều kiện (duyên). Một chủng tử được để lại trong dòng tâm thức tương tục của bạn mỗi khi bạn có tham muốn, gieo mầm tham luyến. Để chủng tử đó hiện khởi, phải có những điều kiện của sự tham muốn, đối tượng - như thân thể của người khác phái v.v... Đó là một hiện tượng có tính chất nhân quả, hiện khởi từ những chủng tử của tham muốn tính dục trong quá khứ.

Bởi tất cả chúng sinh đều có tánh Phật, họ hoàn toàn có thể thoát khỏi sự tham luyến. Tham luyến *có thể* được giải trừ. Đó là bởi những chủng tử có thể được hoàn toàn giải trừ bằng cách sử dụng những phương thuốc, đặc biệt là trí tuệ trực nhận tánh Không. Bởi chủng tử đó không là một hiện tượng thường hằng, mà là một hiện tượng có tính chất nhân quả, có thể biến đổi bởi những nguyên nhân và điều kiện (duyên), bằng phương tiện của con đường tu tập, đặc biệt là trí tuệ chứng ngộ tánh Không. Không có gì phải nghi ngờ về việc tham luyến có thể được giải trừ, bởi nó là một hiện tượng có tính chất nhân quả, một sự duyên sinh. Nếu nó không có sự phụ thuộc, hẳn nó không thể bị dứt trừ, nhưng vì nó phụ thuộc nên có thể bị giải trừ bởi những nhân và duyên: phương thuốc đối trị, con đường tu tập.

Sự tham luyến và tánh Không

Không chỉ sự tham luyến, mà ngay cả chủng tử tiêu cực

vi tế đã phóng chiếu thành quan điểm nhị nguyên vi tế cũng có thể được giải trừ. Mặc dù mọi sự hiện hữu chỉ đơn thuần do tâm thức quy gán, chủng tử tiêu cực vi tế phóng chiếu thành sự hiện hữu thực sự ngay sau khi tâm thức vừa quy gán. Tâm thức phóng chiếu sự hiện hữu tự tồn lên bất kỳ những gì nó tri giác, nó trang hoàng sự hiện hữu tự tồn lên mọi sự, khiến cho mọi sự dường như thực có. Nếu bạn hỏi: "Tôi đang làm gì?" và bạn trả lời: "Tôi đang ngồi," hay "tôi đang trò chuyện, tôi đang thiền định, đang ngủ, đang ăn..." mọi sự. Sự quy gán xảy ra như thế nào? Trước tiên, tâm thức nhìn thấy các uẩn và những hành vi nào các uẩn đang thực hiện.

Ví dụ như uẩn của thân (sắc uẩn) đang thực hiện hành vi ngồi, tâm đang thực hiện hành vi thiền định, thân đang thực hiện hành vi trò chuyện, hay tâm đang ngủ. Trước tiên, tâm nhận thức những hành động này và sau đó, tùy theo hoạt động mà các uẩn đang thực hiện, tâm thức hình thành nhãn hiệu "tôi đang làm điều này hay điều nọ". Kế đó có sự phóng chiếu, sự trang hoàng được thực hiện bởi chủng tử tiêu cực vi tế: sự hiện hữu tự tồn, chân thực.

Mặc dù chỉ hoàn toàn là do tâm thức quy gán, nhưng trong thời điểm ngay sau đó của sự tri giác, đối tượng không xuất hiện như chỉ hoàn toàn do tâm thức quy gán; nó xuất hiện như *không* hoàn toàn do tâm thức quy gán, mà như một sự vật thực có trong ý nghĩa là tự nó hiện hữu. Đồng thời, một "cái tôi" đích thực xuất hiện - "cái tôi" đích thực đang ngồi, trò chuyện, ngủ, thiền định. Mỗi hành vi như thế chỉ hoàn toàn do tâm thức quy gán, nhưng ngay theo sau sự quy gán đơn thuần, tâm thức lập tức trang hoàng hay phóng chiếu sự hiện hữu chân thực lên đó, và hành vi đó liền có vẻ như thực có. Sự phóng chiếu làm cho hành vi trở nên thực có trong ý nghĩa là tự nó hiện hữu. Đối với mọi hiện tượng cũng đều giống như thế, cũng như đối với mỗi một trong năm uẩn, các giác quan, các đối tượng của giác quan v.v... Mọi thứ đều có vẻ như thực có là do sự phóng chiếu của chủng tử tiêu cực vi tế.

Trong thực tế, "cái tôi" là trống không, các uẩn là trống không, các giác quan và đối tượng của giác quan cũng hoàn toàn trống không. Trong những thứ ấy hoàn toàn không có dù chỉ một nguyên tử nhỏ bé nhất của sự hiện hữu đích thực. Tất cả vẻ ngoài hiện hữu đích thực đều chỉ là do phóng chiếu, chỉ là sai lầm, hoàn toàn là những ảo giác và không hiện hữu. Tánh Không này là bản tánh rốt ráo của mọi hiện tượng. Những chủng tử tiêu cực vi tế đã phóng chiếu lên mọi hiện tượng này có thể được giải trừ hoàn toàn bởi trí tuệ trực nhận tánh Không với sự hỗ trợ của tâm Bồ-đề, bằng cách thành tựu mọi công đức của trí tuệ và công đức của đức hạnh.

Điều này có thể thực hiện được là nhờ có tánh Phật, vốn có công năng dứt trừ tham luyến và nguyên nhân của nó là chủng tử tiêu cực vi tế. Đây là phương thức để mọi đau khổ xuất phát từ sự mê lầm và nghiệp có thể chấm dứt. Sự chấm dứt thực sự có thể được thành tựu nhờ có con đường tu tập chân chính. Đức Phật đã giảng dạy con đường tu tập trong các Kinh điển, và vẫn còn nhiều Đạo sư vĩ đại đã thành tựu sự chấm dứt này trong tâm các ngài. Chúng ta có thể học tập kinh nghiệm của các ngài. Đây là phương cách để chúng ta có thể giải trừ các phiền não và được giải thoát vĩnh viễn khỏi mọi đau khổ và những nguyên nhân của đau khổ.

Bạn nên thấu hiểu sâu xa tận đáy lòng rằng tham luyến là một tập khí có từ những tái sinh từ vô thủy, vì thế nó không phải là điều dễ giải trừ. Bạn phải tiếp tục thực hành các thiền định *lam-rim*, là những cách đối trị tham luyến. Bạn cần bắt đầu bằng sự từ bỏ tham luyến đối với những lạc thú của đời sống này và của toàn bộ luân hồi. Khi ấy bạn có thể bước vào con đường tu tập. Không có tâm Bồ-đề, bạn sẽ đi vào con đường Tiểu thừa, nhưng nếu bạn phát triển lòng đại bi, bạn có thể phát triển tâm Bồ-đề và đi vào con đường Đại thừa, nhờ đó bạn có thể giải trừ những ô nhiễm thô và tế. Nếu bạn thực hành Tantra (Mật điển) bạn có thể giải trừ tất cả những ô nhiễm đó trong một đời sống, ngay cả với những Tantra thấp. Dĩ nhiên, nếu bạn thực hành Tantra du-già tối thượng thì tất cả những điều này có thể xảy ra trong một đời người ngắn ngủi vào thời đại suy hoại này.

Đây là điều bạn nên suy nghĩ: "Tôi phải thực hiện điều đó. Nếu không trong đời này thì trong đời sau, cho dù mất hàng trăm hay hàng ngàn đời, thậm chí hàng nhiều kiếp. Tôi phải đặt mọi nỗ lực của tôi vào việc phát triển tâm tôi trên con đường tu tập."

Tận đáy lòng bạn, cần phải có một quyết tâm mạnh mẽ rằng, cho dù trải qua nhiều kiếp, tôi cũng sẽ thực hiện điều đó. Cho dù có khó khăn tới đâu, cho dù phải kéo dài bao lâu đi chăng nữa, tôi sẽ thực hiện điều đó. Tại sao? Vì nếu tôi không làm điều đó, tôi sẽ phải chịu đau khổ trong luân hồi không có ngày chấm dứt, như nó không có lúc bắt đầu. Nếu không thực hiện điều này, bạn sẽ để cho nỗi khổ của bạn trong luân hồi kéo dài không có lúc chấm dứt. Điều đó hoàn toàn vô nghĩa. Đó là điều vô nghĩa nhất, ngu xuẩn nhất, mê muội nhất. Không có gì mê muội hơn điều đó, không có gì vô nghĩa hơn điều đó.

Và đặc biệt là bạn sẽ không thể giải thoát những người khác, cứu giúp người khác, vô số chúng sinh khác đã từng mang đến cho bạn mọi hạnh phúc trong vô số kiếp tái sinh trong quá khứ cũng như hạnh phúc của bạn trong hiện tại, hạnh phúc trong tương lai cùng với sự giải thoát và giác ngộ. Mọi thứ đều có được nhờ họ, ngay cả những niềm vui nhỏ bé trong một giấc mơ. Chính từ họ mà bạn được nhận lãnh tất cả mọi thứ, vì thế họ là những người đáng quý nhất, tử tế nhất.

Mục đích của việc có được thân người quý báu này là để làm lợi ích chúng sinh. Trước tiên, phải giúp cho những người khác có được hạnh phúc trong đời này. Quan trọng hơn là phải giúp mang lại hạnh phúc trong tất cả những đời sau. Và quan trọng hơn nữa là phải giải thoát chúng sinh khỏi mọi đau khổ và những nguyên nhân của đau khổ: phiền não và nghiệp. Nhưng thậm chí còn quan trọng hơn nữa là phải đưa chúng sinh tới sự toàn giác, sự chấm dứt mọi lỗi lầm của tâm và thành tựu tất cả mọi chứng ngộ. Đây là mục đích của cuộc đời chúng ta. Đây là lý do ta tiêu dùng rất nhiều tiền của cho việc sống còn mỗi ngày, mỗi giờ, mỗi phút, cho các nhu cầu như chỗ ở, thực phẩm, y phục, thuốc men - để đưa chúng sinh tới sự toàn giác. Ngoài việc phụng sự người khác, bất kỳ mục đích nào khác đều không phải là ý nghĩa của cuộc đời.

Đối với những người bạn tức giận, sau một thời gian, cho dù không hề thực hành thiền định nào để đối trị, người đó cũng không còn là đối tượng mà bạn tức giận nữa. Tương tự, với đối tượng của sự tham luyến, một người nào đó không phải là đối tượng tham luyến mãi mãi của bạn; điều này sẽ thay đổi. Sự thay đổi này xảy ra ngay cả với những người chưa từng nhận lãnh các giáo lý về thiền định. Vì thế, bạn có thể thấy rằng đó là một sự duyên sinh. Đó không phải là cái gì thường hằng hay là điều bạn không thể tác động đến. Vì thế, chắc chắn là với thiền định về các giáo lý bạn đã nhận được, bạn sẽ có thể chấm dứt sự tham luyến vào đối tượng đó. Và rồi, khi bạn đạt tới con đường của cái thấy (kiến), con đường thiền định v.v..., với trí tuệ trực nhận tánh Không, chắc chắn là các phiền não của bạn sẽ chấm dứt. Việc thể nhập con đường của cái thấy giải trừ những phiền não thuộc tri thức (sở tri chướng), sau đó sự thể nhập con đường thiền định chấm dứt những phiền não cố hữu.

Bạn bị tham luyến tính dục vào điều gì?

Khi bạn có sự tham luyến với người nào đó hay thân xác họ, chúng ta hãy phân tích xem điều này xảy ra thế nào. Trước hết bạn dính mắc bởi sự tham luyến thân xác họ. Dĩ nhiên, không luôn nhất thiết là thân xác. Đôi khi bạn dính mắc vì giọng nói, giọng hát, hay vì sự hiểu biết hay trí thông minh của họ. Đôi khi bạn dính mắc với người đó, nhưng không phải là thân xác - mà dính mắc vào tài sản, nhân cách, mùi hương, tính hài hước v.v... của họ. Tôi đang đề cập cụ thể đến vấn đề của bạn. Vì thế mà tôi sẽ bàn đến sự tham luyến thân xác.

Nếu bạn đi sâu một chút bên dưới làn da thì chẳng có gì để tham luyến. Nếu bạn nhìn làn da dưới một kính hiển vi, bạn sẽ thấy nó khác hẳn. Bạn sẽ thấy nhiều lỗ chân lông và các tế bào da trông như những ngọn núi. Không có làn da hiện hữu thực sự. Nó chỉ là một tập hợp của những tế bào và các nguyên tử. Trước hết, bạn thấy làn da đẹp đẽ hay thế này, thế kia. Tuy nhiên, tự thân đối tượng không có gì là đẹp đẽ, dù là phần mỏng manh nhất cũng không có. Bạn nhìn thấy làn da như thế nào là tùy thuộc vào quan niệm của bạn. Điều đó xuất phát từ tâm thức của chính bạn. Đó là sự phóng chiếu của chính tâm thức bạn.

Nếu bạn tách rời lớp da khỏi thân thể và đặt sang một bên, thì ngay lập tức sẽ không còn gì để tham luyến nữa. Bạn không tham luyến làn da. Nhưng không có làn da thì không thể nào bạn tham luyến phần còn lại của thân thể. Không có làn da thì thật kinh khủng, thật là choáng váng. Ngay cả khi nhìn thấy một chút máu chảy ra từ thân thể của người nào đó, bạn đã hoảng sợ. Chắc chắn là không có sự tham luyến vào máu. Điều này giúp cho ta có được một ý niệm rằng, tự thân đối tượng không có gì để tham luyến cả. Việc nghĩ tưởng rằng: "Vật này tuyệt đẹp, có điều gì đó đáng để tham luyến" xuất phát từ tâm bạn. Đó là một sự phóng chiếu từ chính tâm thức bạn.

Một ví dụ khác là nếu bạn nhìn thấy một thân thể "hấp dẫn" nhưng ngửi thấy mùi phân của nó, bạn sẽ không tham luyến. Nếu một thân thể trẻ trung tuyệt đẹp tương tự như thế nhưng có mùi hôi thối, cho dù hình dáng vẫn thế - kiểu tóc, dáng mũi, đôi má và làn môi vẫn tương tự như thế, nhưng nếu nó có mùi hôi thối, như khi nó già cỗi và nhăn nhúm, bạn sẽ không tham luyến vào thân thể đó. Đây là lý lẽ chứng minh rằng tự thân nó chẳng có gì để tham luyến.

Sau đó có sự tham luyến vào bộ phận của người khác phái. Điều này là do những chủng tử từ nhiều đời quá khứ còn lưu lại trong tâm thức qua sự tham luyến vào người khác phái. Dĩ nhiên, không luôn nhất thiết chỉ là khác giới, đây chỉ là một sự giải thích chung. Một lần nữa, tự thân nó hoàn toàn chẳng có gì để lôi kéo sự tham luyến. Điều này xuất phát từ sự tham luyến vào người khác phái trong những đời quá khứ đã để lại chủng tử trong tâm thức. Có rất nhiều chủng tử, giống như một máy quay phim ghi lại những dấu vết trên một cuộn phim khổng lồ. Đó là một ví dụ về những chủng tử trong tâm thức. Dòng tương tục của tâm thức giống như một cuộn phim từ những kiếp tái sinh từ vô thủy, trải qua quá nhiều đời, do tham luyến nên có quá nhiều chủng tử được ghi lại trên đó.

Điều này cũng giống như con gà và quả trứng. Do những chủng tử trong quá khứ, sự tham luyến khởi lên. Bạn nhìn thấy một người khác phái nào đó, rồi bạn phóng chiếu lên đối tượng đó. Chủng tử đó hiện khởi, vì thế khi nhìn vào một đối tượng nào đó hấp dẫn, tham luyến khởi lên đối với đối tượng đó. Tham luyến hoàn toàn là một sự tạo tác của tâm thức, sự tạo tác của chính tâm thức bạn. Tự thân sự tham luyến không là gì cả. Nó sinh khởi từ chủng tử tiêu cực lưu lại bởi sự tham luyến trong quá khứ. Đó chỉ là cách nhìn do nghiệp của bạn. Những gì bạn tham luyến chỉ là cách nhìn do nghiệp của chính bạn, là điều bạn nghĩ tưởng. Bạn bị tham luyến với những gì tâm bạn quy gán, sự quy gán đó hiện ra với bạn và bạn khởi tâm tham luyến vào nó. Bạn tham luyến vào cách nhìn của chính bạn, nhưng bạn hoàn toàn tin rằng sự tham luyến chẳng dính dáng gì đến bạn, rằng chẳng có gì xuất phát từ tâm thức bạn, rằng tham luyến hoàn toàn tự nó sinh khởi. Đây hoàn toàn là một ảo giác. Điều này cũng tương tự với phần còn lại của thân thể. Nếu bạn nghĩ rằng tóc của người ấy thật đẹp, hay chiếc mũi, bộ ria hay lông mi... thì đó chỉ là sự phóng chiếu của chính bạn.

Lúc này bạn là một người nam với dương vật, nhưng ở một đời khác, khi bạn là một phụ nữ, cách nhìn do nghiệp chi phối của bạn khiến cho điều bạn tham luyến là bộ phận của người đàn ông. Cách nhìn của bạn thay đổi. Tôi đang đưa ra một giải thích chung chung và không bao gồm những người đồng tính nữ (lesbian) hay những người đồng tính nam (gay). Nhưng một khi bạn hiểu rõ lý lẽ này, về cơ bản thì tất cả đều như nhau, dù nói đến những người thích giao phối với người khác giới, những đồng tính nam hay đồng tính nữ. Điều này chỉ để hiểu rằng, không có gì tự nó tồn tại cả. Ví dụ, khi một người không phải là đồng tính nữ hay đồng tính nam thì sẽ không có sự hấp dẫn đó, nhưng sau này, người ấy trở thành đồng tính nam hay đồng tính nữ, thì họ sẽ có một cách nhìn mà trước đây họ không có - là do sự phóng chiếu của chính tâm thức họ về những gì họ tham luyến.

Nếu bạn có thể, hãy phát triển sự chán ngán mạnh mẽ đối với phụ nữ (tôi muốn nói đến sự tham muốn tính dục đối với phụ nữ), bằng cách nghĩ tưởng về những vấn đề họ gây ra trong đời bạn. Điều này giúp bạn được tái sinh làm một người nam, có sự từ bỏ lạc thú tính dục, và trở thành một tu sĩ trong đời sau của bạn.

Đức Padmasambhava đề cập trong bản văn *Ban Lời Chỉ dạy*: "Phụ nữ là nền tảng của luân hồi, ba cõi thấp, chướng ngại ngăn chặn cánh cửa dẫn tới giải thoát, là nguyên nhân và điều kiện (duyên) của năm độc và những mê lầm." Đây là lời khuyên của Đức Padmasambhava để những người đàn ông nghĩ tưởng, nhằm mục đích kiểm soát sự tham luyến và chấm dứt những tập quán tiêu cực của họ.

Theo quan điểm của đàn ông thì đó là cách đối trị cho sự tham luyến. Nó cũng có thể được nhìn theo quan điểm của phụ nữ nhờ suy nghĩ về cách kiểm soát sự tham luyến đối với đàn ông, bằng sự quán chiếu về mọi vấn đề và những khó khăn.

Sự tham luyến và hấp dẫn có liên quan rất nhiều đến khuôn mặt. "Có một khuôn mặt thực sự, tự nó tồn tại xuất hiện, khuôn mặt đó không phải hoàn toàn do tâm thức quy gán." Bạn có cách nhìn như vậy do sự phóng chiếu từ những chủng tử tiêu cực của bạn, lưu lại từ sự vô minh trong quá khứ, và sự phóng chiếu này cường điệu hóa một kiểu tóc đẹp, cái mũi, gò má tuyệt đẹp v.v... sau đó bạn diễn dịch và quy gán cho khuôn mặt đó là "đẹp". Phải có sự cường điệu hóa vẻ đẹp đó trước, và sau đó tham luyến khởi lên với niềm tin rằng "cái này đẹp". Tâm thức không chỉ quy gán cho khuôn mặt là "đẹp", mà nó còn tin chắc rằng khuôn mặt đó đẹp, và khi đó tham luyến sinh khởi.

Sự tham luyến dính mắc vào vẻ ngoài của khuôn mặt đẹp, rồi thân thể, và khi đó thật khó xa rời, và nó trở thành một vấn đề bất ổn cho tâm thức bạn. Trước khi tham luyến sinh khởi, bạn không có vấn đề đó. Các cơ quan sinh dục không tác động nhiều. Tham luyến bắt đầu với khuôn mặt, và rồi khuôn mặt ấy, một phóng chiếu của tâm thức bạn, trở nên hết sức quan trọng đối với bạn.

Có hai vấn đề: những chủng tử lưu lại do vô minh và

những chủng tử do tham luyến. Thân thể mà bạn nhìn thấy, do tham luyến nên bạn ôm giữ như thật có, và bám níu vào nó như vết dầu trên trang giấy, thật khó tách lìa. Điều này xuất phát từ việc bạn chấp chặt lấy ảo giác của chính mình và những phóng chiếu đã bị tâm thức của bạn cường điệu hóa. Thật ra không hề có cái đối tượng mà bạn tham luyến như là điều rất hấp dẫn, cái đối tượng mà sự vô minh của bạn chấp chặt như là thật có và không phải hoàn toàn do tâm thức quy gán. Nhưng bạn bị tham luyến và bị thu hút vào thân thể của người đó, giống như dầu thấm vào tấm vải, vì bạn nhìn thấy thân thể đó như là tuyệt đẹp.

Vấn đề khác nữa là tâm không thỏa mãn. Bạn không thỏa mãn với lạc thú và cảm giác mà bạn đã có trước đây, vì thế bạn muốn nhiều hơn nữa hay khoái lạc hơn nữa, và muốn lặp lại những gì đã trải qua trước đây. Và rồi, một lần nữa, bạn vẫn không thỏa mãn. Bạn muốn nhiều hơn nữa. Bạn mong chờ lạc thú sẽ mang lại sự thỏa mãn, nhưng điều đó không bao giờ xảy ra. Qua nhiều năm, nhiều tháng, nhiều tuần, nhiều ngày, thậm chí trong 24 giờ, chẳng bao giờ bạn thấy thỏa mãn. Dù đến một tỷ năm, bạn cũng chẳng bao giờ thấy thỏa mãn. Bạn tìm kiếm lạc thú khác, lạc thú mạnh mẽ hơn để mang lại sự thỏa mãn. Nhưng sự việc không tiến triển ngày càng tốt hơn. Bạn tiếp tục như vậy trong nhiều giờ, nhiều ngày, nhiều tuần, nhiều tháng, thậm chí cả trăm năm.

Một trường hợp khác để khảo sát là, ban đầu bạn không hề ham thích thân thể của một người nào đó. Sau một thời gian, người ấy rất tử tế với bạn, tặng bạn rất nhiều quà và các đồ vật, bất kỳ điều gì bạn muốn. Họ rất tốt với bạn. Thế là, mặc dù trước đó bạn không có sự tham luyến, đột nhiên cách nhìn của bạn thay đổi. Bây giờ người ấy có vẻ rất xinh đẹp. Người ấy trở thành đối tượng của sự tham luyến. Cách nhìn của bạn về người đó hoàn toàn thay đổi so với trước đó. Tâm bạn cường điệu hóa những phẩm tính tốt đẹp của họ, vì thế giờ đây bạn bị tham luyến vào người đó và khó có thể rời xa được. Nghĩ đến việc xa cách người ấy đã là cực kỳ đau khổ. Rồi sự tham muốn dẫn tới hành vi tà dâm và thực hiện những hành vi xấu khác nữa. Như Lạt-ma Yeshe thường nói, khi những người bình thường làm tình, hành động đó chẳng có chút trí tuệ hay lòng bi mẫn gì hết. Động cơ của hành vi đó chỉ là tư tưởng vị kỷ và lạc thú cho bản thân. Nếu động cơ của bạn không tốt lành, hành động sẽ bất thiện và tạo ra sự tái sinh trong những cõi thấp và chịu khổ ở đó trong một thời gian dài dằng dặc. Như Lạt-ma thường nói, không có sự kiềm chế hay trí tuệ trong hành động tính giao và tâm thức hoàn toàn bất giác, mê lầm. "Trí tuệ" mà Lạt-ma muốn nói đến ở đây là trí tuệ Pháp, cụ thể là trí tuệ chứng ngộ tánh Không.

Những trường hợp đặc biệt

Dĩ nhiên là có những trường hợp đặc biệt chẳng hạn như những Bồ Tát dũng cảm với lòng bi mẫn và tâm Bồ-đề yêu thương mọi chúng sinh. Chư Bồ Tát đó là những vị đã hoàn toàn buông xả, đã từ bỏ "cái tôi" và không có tư tưởng tìm kiếm hạnh phúc cho chính bản thân mình, dù chỉ là trong một giây phút. Các ngài chỉ có tư tưởng mạnh mẽ là yêu thương chúng sinh và trí tuệ làm lợi lạc cho rất nhiều chúng sinh. Có những Bồ Tát là những Chuyển Luân Thánh Vương, các ngài có hàng ngàn bà vợ và con cái, điều đó hoàn toàn khác biệt.

Với động cơ thanh tịnh đặt trên lòng bi mẫn và trí tuệ dũng mãnh, các ngài mang lại lợi lạc to lớn cho chúng sinh khi làm những điều này. Các ngài không nghĩ đến hành động thể xác, hành động tính giao, mà chỉ nghĩ đến việc chúng sinh được lợi lạc như thế nào. Các ngài không tạo ra nghiệp xấu ác mà đúng hơn là công hạnh, và hành động tính giao là một phương tiện mãnh liệt để tịnh hóa nghiệp trong nhiều kiếp, tạo lập những công đức lớn lao và là một nguyên nhân nhanh chóng để đạt được giác ngộ.

Khi Đức Phật Di-lặc còn là một Bồ Tát tăng, có một cô gái sắp tự tử vì không tìm được một người chồng. Ngài khởi tâm cực kỳ bi mẫn đối với cô gái, nên ngài từ bỏ đời sống tăng sĩ để sống với cô trong một vài năm. Điều này giúp ngài giảm bớt được 40.000 năm trong luân hồi và tiến rất gần tới sự giác ngộ.

Dĩ nhiên là bạn chỉ có thể làm như thế sau khi đã thành tựu chứng ngộ tâm Bồ-đề và không có tư tưởng tìm cầu hạnh phúc cho chính bản thân mình, dù chỉ một giây phút. Trước đó bạn phải thực chứng sự xả ly, khiến bạn nhìn thấy toàn thể luân hồi, kể cả chư thiên thuộc các cõi trời Dục giới, Sắc giới và Vô sắc giới, đều chỉ là sống trong đau khổ, cũng giống như hiện nay bạn nhìn thấy các chúng sinh trong hỏa ngục là đau khổ. Bạn không bị lôi cuốn vào những lạc thú trong luân hồi, dù chỉ một giây, ngay cả trong giấc mơ. Bạn nhìn toàn cõi luân hồi như đang ở trong biển lửa. Đây là sự thực chứng nền tảng trước khi có tâm Bồ-đề.

Cũng thế, khi thực hành Tantra du-già tối thượng, vị phối ngẫu được vận dụng với một tâm thức vô cùng bi mẫn đối với tất cả chúng sinh và tâm Bồ-đề được kết hợp với tâm tập trung vào trí tuệ tánh Không. Tâm ở trong một trạng thái thuần tịnh, không gợn chút tư tưởng nào về việc dùng thực hành phối ngẫu cho lạc thú của riêng mình, mà chỉ vì lợi ích của chúng sinh. Hỷ lạc được kinh nghiệm trong lúc thiền định được dùng để thiền định về tánh Không, về việc chính bản thân mình, vị phối ngẫu và tự thân sự hỷ lạc v.v... đều không hề hiện hữu với tự tánh tự tồn; và không có sự cực khoái không kiềm chế, bởi hỷ lạc được kinh nghiệm với sự kiểm soát của tâm thức và sự thiền định về tánh Không. Vì thế, thực hành này là một pháp đối trị cho sự tham luyến vào lạc thú tầm thường, và là một nguyên nhân hữu hiệu, mau chóng để thành Phật.

Trong một đời quá khứ, đức Phật Thích-ca Mâu-ni từng là một vị thuyền trưởng tu hạnh Bồ Tát, được biết rằng có một người kia sắp giết hết 500 thương gia đang ở trên thuyền. Vị Bồ Tát khởi tâm cực kỳ bi mẫn đối với người sắp phạm tội giết người này, vì thế ngài hy sinh bản thân, chấp nhận chịu nghiệp vào địa ngục để cứu người ấy khỏi phạm vào nghiệp ác quá lớn. Ngài đã tạo nghiệp nhân sinh vào địa ngục bằng cách giết chết người đó với tâm dũng mãnh phi thường của lòng bi mẫn. Hành động thanh tịnh này giúp ngài giảm bớt được 100.000 kiếp trong luân hồi, có nghĩa là ngài đã tiến gần hơn tới sự giác ngộ được chừng đó thời gian, nhờ vào năng lực của lòng bi mẫn phi thường.

Lý do khiến tôi kể lại cho bạn những câu chuyện này là để giải thích rằng, những hành vi được thực hiện với tâm Bồ-đề dũng mãnh phi thường và lòng bi mẫn mạnh mẽ này, những hành vi mà thông thường là ba nghiệp bất thiện của thân: sát sinh, trộm cắp, và tà dâm; bốn nghiệp bất thiện của ngữ: nói dối, nói gây chia rẽ, nói lời thô ác, và nói những điều vô ích - những hành động này sẽ trở thành công hạnh khi được thực hiện với một động cơ thanh tịnh. Những hành vi ấy không tạo nghiệp xấu ác vì hàm chứa lòng bi mẫn vô hạn đối với chúng sinh.

Có những hành giả (yogi) đã đạt được những thành tựu của giai đoạn toàn thiện trên con đường: tịnh quang, huyễn thân, và trạng thái hợp nhất. Những Bồ Tát cực kỳ siêu việt như thế là những người thực hành với mẹ trí tuệ - một nữ hành giả (yogini) thực hành con đường hợp nhất với nam hành giả. Động cơ của các ngài được đặt nền trên sự xả ly, nhìn lạc thú luân hồi chỉ như chìm đắm trong đau khổ. Các ngài có lòng bi mẫn, từ ái và tâm Bồ-đề cực kỳ mạnh mẽ và đã hoàn toàn từ bỏ chấp ngã, vì thế các ngài không tìm kiếm hạnh phúc cho chính bản thân mình, dù chỉ một giây phút. Với tâm Bồ-đề tâm vô cùng mạnh mẽ, các ngài chỉ yêu thương chúng sinh và mong muốn chúng sinh được hạnh phúc. Các ngài cũng có tâm thức cực kỳ vi tế của trí tuệ chứng ngộ tánh Không.

Vì thế, đối với các ngài loại thực hành du-già này là phương pháp hữu hiệu và nhanh chóng nhất để dứt trừ những ô nhiễm và quan điểm nhị nguyên, để thành tựu sự giác ngộ, trạng thái hợp nhất của Đức Vajradhara (Kim Cương Trì), vì sự lợi lạc của chúng sinh. Tuy động cơ tương tự như nhau, nhưng phương tiện thiện xảo của hành giả Kim Cương thừa cao cấp hơn nhiều so với vị Bồ Tát là hành giả của con đường Ba-la-mật (Kinh thừa) không có Tantra (Mật điển).

Cách nhìn theo nghiệp của bạn

Đây là một ví dụ cho thấy sự việc xuất hiện tùy theo cách nhìn của bạn như thế nào: nếu một người tử tế với bạn, nói ra những điều dễ chịu, khen ngợi bạn, tặng bạn rất nhiều món quà và những nụ cười, sẽ có cách nhìn về người ấy như một người tử tế và tốt lành. Tâm thức bạn phóng chiếu một "con người tử tế" lên người ấy và bạn trở nên dính mắc vào người ấy, dẫn tới những nguy hiểm.

Một điều khác bạn phải thấu hiểu là, trước đây nghiệp của bạn - sự phóng chiếu từ những chủng tử lưu lại do sự tham luyến - chưa chín mùi để bạn nhìn thấy thân xác người đó thật hấp dẫn. Rồi đột nhiên nghiệp ấy chín mùi và tham muốn mạnh mẽ sinh khởi vào ngày nghiệp đó thuần thục. Có một sự thay đổi thình lình trong đời bạn liên quan đến người đó.

Bạn có thể thấy rằng, không có gì xuất phát từ phía đối tượng, không có gì tự nó hiện hữu. Đó chỉ là sự phóng chiếu của riêng bạn, xuất phát từ tâm thức bạn và quy gán lên đối tượng tùy thuộc vào cách nhìn theo nghiệp của riêng bạn.

Vì thế, khi điều này xảy ra, khi sự tham luyến sinh khởi, hãy tỉnh giác về tiến trình này. Hãy cố nhận biết điều gì đang xảy ra ngay trong khi nó đang xảy ra, hãy tỉnh giác: "Điều này chỉ xảy ra do tâm tôi quy gán và tin tưởng vào nó. Đây là cách nhìn theo nghiệp của tôi. Điều tôi đang tham luyến là cách nhìn theo nghiệp của tôi." Sự nhận biết như vậy là rất hữu ích. Hãy tỉnh giác về những gì đang xảy ra cho bạn, hiểu rằng bạn sắp tạo ra những vấn đề bất ổn cho đời bạn mà trước đây không hề có.

Về cơ bản, bạn tạo nên thế giới của riêng bạn. Bạn tin rằng thế giới đó hoàn toàn tự nó hiện hữu. Điều này hoàn toàn sai lầm. Sự việc không xảy ra theo cách đó. Nếu cái đẹp xuất phát từ phía đối tượng, không phải do tâm thức bạn phóng chiếu, thì thân thể của người đó phải được mọi người, mọi chúng sinh, - con người, chư thiên v.v... đều nhìn thấy là đẹp. Nếu bạn so sánh người này với các thiên nữ của cõi trời, thì các thiên nữ đẹp hơn bất kỳ con người nào. Nếu so với các thiên nữ thì thân thể con người thật là xấu xí.

Nhưng nếu so sánh người ấy với một người có thân thể đẹp hơn, thì người ấy trở thành xấu. Nhưng nếu so với người có thân thể xấu hơn, thì dĩ nhiên là thân của người ấy trở thành đẹp hơn và những người khác là xấu hơn. Như vậy, rõ ràng là việc một thân thể hấp dẫn hay không hấp dẫn, được bạn yêu thích hay chán ghét, đều xuất phát từ tâm thức của chính bạn chứ không phải từ phía đối tượng. Nếu các thuộc tính xấu và đẹp là tự chúng hiện hữu thì mọi người hẳn phải thấy giống như nhau rằng một người nào đó là đẹp hay xấu, nhưng họ không hề thấy như vậy.

Sự phát triển của những sự xuất hiện (hình tướng)

Nói thêm để làm cho vấn đề này rõ ràng hơn một chút, khi bạn là một đứa trẻ, trước khi được thầy giáo dạy các chữ cái A, B, C, D... bạn nhìn thấy những gì được viết trên bảng đen chỉ là một bức vẽ hay một họa tiết, nhưng bạn đã không nhìn thấy các họa tiết đó như là những chữ cái, như "Đây là chữ A, đây là chữ B, đây là chữ C..." Tất cả những gì bạn nhìn thấy là một họa tiết. Nhưng sau khi thầy giáo giảng rằng: "Đây là chữ A, chữ B, chữ C..." và qua việc tin vào những gì thầy giáo nói, tâm thức bạn hình thành các "yếu tố định danh" và quy gán lên các họa tiết được nhìn thấy là "A, B, C..." - thành các danh xưng. Rồi qua việc tin tưởng vào sự quy gán này, bạn có sự xuất hiện của sự vật, chẳng hạn như "chữ A". Sau đó khi bạn nhìn thấy "A", tâm bạn quy gán "chữ A" và tin tưởng vào điều đó. Chỉ sau tiến trình này mới có sự xuất hiện và sau đó là sự nhìn thấy "chữ A".

Bây giờ, bạn thấy rằng chữ "A" mà bạn nhìn thấy là xuất phát từ tâm bạn. Tâm bạn quy gán "chữ A" lên một kiểu họa tiết và tin tưởng điều đó. Tiến trình y hệt như thế cũng diễn ra khi bạn thấy một người nào đó như là hấp dẫn. Điều đó xuất phát từ việc tâm bạn quy gán và tin tưởng. Nếu trước tiên tâm bạn không quy gán "đẹp" và tin vào điều đó, thì hẳn nhiên sẽ không có sự xuất hiện của "cái đẹp" và bạn sẽ không nhìn thấy cái đẹp. Từ sự giải thích này, ta thấy rõ là mọi sự bắt đầu từ nơi tâm thức bạn.

Bây giờ, vấn đề then chốt là ở đây, bạn phải thực sự chú tâm ở đây. Thông qua sự phân tích này, có "chữ A" hiện hữu. Có "chữ A" hiện hữu vì có họa tiết của "chữ A" này trên bảng đen, vì có những vạch thành hình "chữ A". "Chữ A" chỉ hoàn toàn do tâm thức quy gán. Khi "chữ A" này trình hiện ngay sau sự đơn thuần quy chiếu của tâm thức đã gán cho nó là "chữ A", nó xuất hiện như thể nó ở ngay trên những cái vạch đó.

Tại sao thế? Đó là một câu hỏi quan trọng. Tại sao nó xuất hiện ngay trên những vạch đó? Mỗi vạch của họa tiết không phải là "chữ A." Ngay cả toàn thể những vạch hợp lại cũng không phải là "chữ A", bởi tất cả những vạch hợp lại cũng chỉ đơn thuần là nền tảng cho sự quy gán của "chữ A." Nếu nền tảng đó vốn đã là "chữ A", thì ngay lần đầu tiên bạn nhìn thấy nó, trước khi bạn được thầy giáo dạy chữ "A", hẳn bạn phải nhìn thấy các vạch đó là "chữ A". Nhưng lần đầu tiên nhìn thấy các vạch đó, bạn đã không hề thấy chúng là "chữ A", mà chỉ thấy là các đường vạch. Chỉ sau khi bạn được dạy rằng: "Đây là chữ A", thì tâm thức bạn mới hình thành nhãn hiệu "chữ A", rồi sau đó mới có sự xuất hiện của "chữ A" và bạn nhìn thấy "chữ A." Điều này chứng minh một cách rõ ràng rằng, họa tiết hay các vạch kia không phải là "chữ A", mà chỉ đơn thuần là nền tảng của sự quy gán mà sau đó đã định danh "chữ A".

Nghi vấn ở đây là, liệu "chữ A" có được định danh bởi tâm thức hay không? Đúng vậy, nó được định danh bởi tâm thức. Không có sự định danh của tâm thức, "chữ A" không hiện hữu. Cái được gọi là "chữ A" là một tên gọi, và tên gọi đó phải xuất phát từ, hay được quy gán bởi, tâm thức. Nếu bạn nhìn thấy "chữ A" ngay từ ban đầu, thì đâu là nguyên nhân của việc nhìn thấy "chữ A"? Cái gì làm cho tâm thức bạn định danh "chữ A"? Trước hết bạn phải nhìn thấy một họa tiết nào đó, và rồi họa tiết ấy mới làm cho tâm thức bạn định danh đó là "chữ A".

Trước khi bạn định danh "người cha", bạn phải nhìn thấy thân thể, khuôn mặt của cha bạn, và hình dáng cụ thể của thân thể ông ta. Qua việc nhận biết những uẩn đó (của thân thể), tâm thức bạn sau đó mới định danh "cha". Bạn không định danh "cha" trước khi nhìn thấy những uẩn cụ thể đó, hình dáng đó của thân thể ông ta, là những yếu tố thực hiện một công năng nào đó đối với bạn. Bạn không định danh hoặc nói: "Ồ, cha tôi đang bước vào nhà" trước khi nhìn thấy thân thể ông ấy. Những gì làm cho tâm thức bạn định danh "cha" là: trước hết bạn nhìn thấy các uẩn đó, hình dáng cụ thể của thân thể đó, và mối liên hệ của nó với bạn. Sau đó bạn định danh "cha". Và chỉ sau tiến trình đó bạn mới nhìn thấy "cha".

Vì thế, rõ ràng bạn không nhìn thấy "cha" trước khi nhìn thấy nền tảng của sự quy gán là các uẩn. Bạn cũng không định danh đồng thời với việc nhìn thấy nền tảng đó. Việc tin rằng điều đó xảy ra đồng thời là hoàn toàn sai lầm. Điều này có thể được chứng minh bằng kinh nghiệm. Để tâm bạn có thể định danh "cha" đang đi vào phòng, trước tiên bạn phải nhìn thấy các uẩn của ông ấy đi vào phòng. Bạn chỉ nhìn thấy "cha" sau khi nhìn thấy nền tảng của sự quy gán là các uẩn. Điều đó cũng tương tự như trong ví dụ nhìn thấy "chữ A". Trước hết, bạn nhìn thấy họa tiết "A", sau đó bạn định danh là "chữ A". Bạn có thể hiểu rằng những nét vạch đó, dù là tập hợp tất cả các nét vạch, không phải là "chữ A". Chúng chỉ đơn thuần là nền tảng cho sự quy gán của "chữ A".

Nền tảng của sự quy gán và định danh "chữ A" không tồn tại tách biệt, nhưng chúng khác biệt. Chúng là những hiện tượng khác biệt. Điểm này là rất quan trọng để phân biệt giữa sự định danh và nền tảng của sự quy gán, và để thiền định về điều đó. Việc nhìn nền tảng quy gán và sự định danh như *không* khác biệt nhau cần bị bác bỏ. Đây là cách nhìn "chữ A" sai lầm. Đây không phải là thực tại.

Bạn có thể thấy rõ là bạn không thể tìm thấy "chữ A" trên nền tảng quy gán của nó là những nét vạch. Không có phần nào của những vạch là "chữ A," một nét vạch cũng không phải "chữ

A". Ngay cả tập hợp các nét vạch cũng không phải "chữ A". Nếu tìm kiếm, bạn không thể tìm ra nó. Điều này rất rõ ràng. Đó là thực tại.

Điều này không có nghĩa là "chữ A" không hiện hữu. Có "chữ A", nhưng nó là gì? Nó chỉ hoàn toàn được quy gán bởi tâm thức. Bạn không thể tìm thấy nó trên những nét vạch, nhưng điều đó không có nghĩa là không có "chữ A". "Chữ A" là điều hoàn toàn do tâm thức quy gán. Hoàn toàn sai lầm khi nhìn nó như một cái gì có ở trên những nét vạch đó, tự nó hiện hữu, như một "chữ A" thực có. Vì khi tìm kiếm, bạn không thể tìm thấy "chữ A" trên những nét vạch hay bất kỳ nơi đâu.

Nhưng có thể tìm thấy "chữ A" hoàn toàn do tâm thức quy gán. Cho dù bạn không thể tìm thấy nó trên những nét vạch, nhưng nó có thể được tìm thấy trên bảng đen, vì nền tảng của sự quy gán đang hiện hữu trên bảng đen. Việc nhìn nhận một "chữ A" đang xuất hiện trước bạn trên những nét vạch đó, một "chữ A" có thực trong ý nghĩa tự nó hiện hữu, là hoàn toàn sai lầm, cần bị bác bỏ.

Khi bạn nhận ra những gì là hoàn toàn không hiện hữu, là trống rỗng, khi ấy bạn nhận ra bản chất tối rốt ráo của "chữ A", đó là tánh Không.

Ví dụ như khi nhìn một "thân thể xinh đẹp", thì con người ấy, thân thể xinh đẹp ấy xuất hiện nơi đó, như thể nó thật có trên nền tảng của sự quy gán sau khi tâm thức đã quy gán lên nó. Nó trình hiện như là một sự vật thật có trong ý nghĩa tự nó hiện hữu, có thể tìm thấy và không phải hoàn toàn định danh bởi tâm thức. Thậm chí nó xuất hiện như thể nó chưa bao giờ xuất phát từ tâm thức bạn, không liên quan gì đến tâm thức bạn. Đây là một cách nhìn thô thiển hết sức, cho rằng đối tượng hoàn toàn tự nó hiện hữu. Quan điểm sai lầm vi tế là cho rằng đối tượng không chỉ hoàn toàn do tâm thức định danh. Đây là quan điểm vi tế cần bác bỏ theo quan điểm của phái Trung quán Cụ duyên (Prasangika Mādhyamika), thuộc một trong bốn trường phái, có hai chi phái là Y tự khởi (Svatantrika) và Cụ duyên (Prasangika). Đây là quan điểm của phái Cụ duyên (Prasangika) về đối tượng bị bác bỏ.

Nếu tìm kiếm, bạn không thể tìm ra con người hay thân thể xinh đẹp đó thực có trên nền tảng của sự định danh, hay một con người thực có không phải hoàn toàn do tâm thức định danh. Không thể tìm thấy cái thân thể xinh đẹp mà không phải hoàn toàn do tâm thức định danh. Điều này hoàn toàn giống hệt như cách thức phân tích được thực hiện với "chữ A" mà tôi đã giải thích ở trên. Việc nhìn thấy đối tượng như xuất hiện ngay trên (và tách rời với) nền tảng của sự quy gán là hoàn toàn sai lầm. Nếu phân tích, bạn sẽ nhận ra rằng đối tượng hoàn toàn không hiện hữu, trống không, ngay ở đó. Đây là sự chứng ngộ bản chất rốt ráo của đối tượng con người và thân thể hấp dẫn mà bạn nhìn thấy.

Bây giờ bạn có thể nhìn thấy rằng, không hề có con người thực sự nào mà không phải hoàn toàn định danh bởi tâm thức. Không hề có một thân thể xinh đẹp nào hiện hữu mà không phải hoàn toàn định danh bởi tâm thức. Chúng hoàn toàn trống không; chúng không có sự hiện hữu tự tồn.

Tâm thức cường điệu hóa một điều gì đó là "xinh đẹp" và sau đó sự tham luyến bám níu vào đối tượng đó. Sự sân hận cũng tương tự như thế. Trên nền tảng của một con người xuất hiện như thể là không phải hoàn toàn do tâm thức quy gán, tâm thức cường điệu hóa những thuộc tính "tồi tệ, xấu xa" và rồi sân hận sinh khởi trên nền tảng đó. Trong thực tế, không có đối tượng như thế của sự sân hận. Đó hoàn toàn là một ảo giác. Trong *Lam-rim Chen-mo*, Đức Tsong Khapa đã trích dẫn điều này từ tác phẩm Tứ bách kệ của học giả Ấn Độ vĩ đại Aryadeva (Thánh Thiên):

Trên nền tảng của vô minh bám níu vào sự hiện hữu thực có

Tâm thức cường điệu hóa "Cái này đẹp"
Rồi tham luyến xuất hiện trên nền tảng đó.

Sự sân hận cũng thế. "Trên nền tảng của vô minh bám níu vào sự hiện hữu thực có", có nghĩa là thân thể của con người đó xuất hiện như thể là tự nó tồn tại. "Tâm thức cường điệu hóa" nó như là "xấu xa" hay "không mong muốn" và sau đó sân hận sinh khởi.

Bạn có thể nhìn thấy rõ ràng là từ trích dẫn này sẽ dẫn đến kết luận như thế nào. Có thể là tôi đã không trích dẫn đầy đủ, nhưng đó là phần cốt yếu. Điều mà vô minh đang bám níu như là thực sự hiện hữu trong thực tế là hoàn toàn không hiện hữu. Đối tượng của sân hận và tham luyến như là hiện hữu ở đó, như là bạn tin chắc, trong thực tế là hoàn toàn không hiện hữu ở đó. Đây là một thiền định cực kỳ quan trọng. Nhờ nhận ra điều này bạn có thể dứt trừ những ý niệm sai lầm: sự vô minh bám níu vào hiện hữu tự tồn và mọi phiền não đặt nền tảng trên nó. Đó là phương cách để chúng ta có thể được giải thoát khỏi bể khổ và cả những nguyên nhân của khổ đau.

Kết luận

Việc thiền định trong đời sống hằng ngày về những ví dụ khác nhau mà tôi đã mô tả, đặc biệt là trường hợp cuối cùng, về điều gì là thật có và điều gì là không thật, và về đoạn trích dẫn của ngài Thánh Thiên (Āryadeva), tất cả sẽ trợ giúp để tẩy trừ sự tham luyến. Hầu như bạn sẽ bị "sốc" vì chẳng có điều gì để tham luyến. Điều này giúp bạn tống xuất thói quen xấu, dứt trừ tập khí.

Chúng ta cần thực hành những thiền định này mỗi ngày để giữ cho tâm luôn tỉnh giác. Hãy luôn ghi nhớ điều này đối với đối tượng của sự tham luyến. Nếu có vấn đề bất ổn đối với sự sân hận, hãy thực hành thiền định theo cách tương tự đối với sân hận. Tập khí tham luyến khiến ta rất khó kiểm soát tâm thức. Bạn không có tự do và hoàn toàn bị khống chế bởi tham luyến. Tâm bạn bất an, chất chứa đầy tham luyến. Thiền định theo cách này là phương pháp để giải thoát tâm bạn khỏi những dục vọng, giải thoát tâm bạn khỏi tập khí tham luyến đã tồn tại kéo dài như thế trong vô số kiếp tái sinh từ vô thủy.

Bạn cần biết rằng, mỗi lần tham luyến sinh khởi, nó lưu lại một chủng tử trên dòng tương tục của tâm bạn. Điều đó cũng giống như việc gieo hạt giống trên cánh đồng, khiến cho tham luyến lại sinh khởi nữa. Mỗi lần bạn tham luyến, bạn phải nhận một hậu quả tiêu cực; sẽ có thêm những chủng tử được lưu lại trên dòng tâm thức. Điều này làm cho cuộc sống của bạn khó khăn hơn nữa trong tương lai. Vì thế, bạn thấy đấy, tình dục và tất cả những tập khí sẽ dẫn đến những hành vi thuận theo tập khí đi xa hơn nữa. Điều này cũng tương tự với những chủng tử lưu lại từ những đời trong quá khứ. Bạn càng thực hiện nhiều hơn những loại hành vi như thế, bạn sẽ càng lưu lại nhiều chủng tử hơn trên dòng tâm thức của bạn, và những chủng tử này sẽ gây thêm nhiều khó khăn hơn trong tương lai. Những chủng tử đưa bạn đến việc phạm vào hành vi tà dâm. Và rồi, lại có thêm nhiều chủng tử hơn nữa và chẳng bao giờ chấm dứt. Bạn có thể tự làm cho bản thân bạn càng lúc càng tự do hơn - thoát khỏi ngục tù của luân hồi; thoát khỏi ngục tù của các mê lầm, thoát khỏi ngục tù của các nghiệp xấu ác. Nếu không, thay vì làm cho bản thân bạn càng lúc càng tự do hơn, thì bạn sẽ đẩy mình đi sâu hơn vào ngục tù với những tư tưởng xấu ác này - trong ngục tù với sự tham luyến và với những hành vi xấu ác, chẳng hạn như hành vi tà dâm. Đây là điều khủng khiếp nhất mà bạn có thể hình dung được.

Đức Phật đề cập trong Kinh Bách Hạnh:

Chúng ta mang tập khí bất thiện,
Do đó, ta lại nương theo những điều bất thiện và làm
những hành vi bất thiện.

Thường xuyên nhớ tưởng đoạn trích dẫn này mỗi ngày là điều rất cần thiết. Những tập khí trong tâm thức khiến cho những đời sau của bạn hết sức khó khăn. Những đời sau, có nghĩa là không chỉ một đời, mà là *tất cả* những đời sau của bạn sẽ khó khăn. Như thế, nỗi khổ trong luân hồi của bạn không chấm dứt, không chỉ là nỗi khổ vô cùng tận trong những cõi thấp, mà ngay cả khi bạn sinh ra làm một con người, bạn liên tục thực hiện mọi hành vi xấu ác với sự tham luyến và bạn lại vào tù. Việc vào tù không có lúc chấm dứt. Mọi người sẽ không ngừng phàn nàn về bạn, và cảnh sát với quan tòa sẽ không ngừng đưa bạn vào tù. Không có lúc kết thúc. Điều khiến cho những sự việc ấy không chấm dứt và khiến cho bạn lặp đi lặp lại những sự việc ấy chính là những phiền não của bạn, tập khí tham luyến trong tâm bạn.

Cuộc đời hiến tặng cho ta mọi cơ hội để thực hành Phật Pháp này, chỉ xuất hiện một lần duy nhất và gồm có: con đường Tiểu Thừa bao gồm trong Tứ Diệu Đế và nhờ đó bạn có thể đạt được sự giải thoát khỏi sinh tử; con đường Đại Thừa dẫn tới giác ngộ nhờ tâm Bồ-đề; sáu Ba-la-mật mang lại cho bạn cơ hội để đạt được sự toàn giác; những giáo lý Kim Cương thừa cho bạn cơ hội để thành tựu giác ngộ trong một đời, nhanh chóng hơn nhiều nếu so với việc đi theo con đường Kinh Thừa; và con đường Mật thừa du-già tối thượng, mang lại cho bạn cơ hội thành tựu giác ngộ trong một đời người ngắn ngủi, trong thời đại suy hoại này. Vì thế, chúng ta phải nỗ lực càng nhiều càng tốt!

Lý do để xuất gia tu tập là nhằm ngăn ngừa và chấm dứt những hành vi tiêu cực quen thuộc, chẳng hạn như hành vi tà dâm v.v... cũng như tẩy trừ những phiền não của tham luyến v.v... bằng cách thể nhập và thiền định về con đường tu tập, về Tứ Diệu Đế. Sở dĩ các tu viện và ni viện được xây dựng ở những chốn hẻo lánh, cách xa nơi công cộng, là để chư tăng ni có thể sống trong Giới luật. Ở một môi trường như thế, họ có thể dễ dàng ngăn ngừa và tự bảo vệ mình trước những tập quán xấu và điều phục tâm mình.

Đây là lý do vì sao có nhiều thiền giả sống trong những hang động và ẩn thất, cách xa chốn đông người, ở đó họ được bảo vệ chống lại sự phân tán tư tưởng, để có thể họ thực hành Pháp và thể nhập con đường tu tập. Vì thế thể xác, họ sống xa những thành thị, để tu tập và điều phục tâm thức, sống trong các giới nguyện, thiền định về con đường tu tập, và thành tựu sự giải thoát và giác ngộ.

Tóm lại, ta có hai vấn đề chính:

1. Về mặt thể xác, hãy tránh xa những đối tượng tham luyến nguy hiểm.

2. Trong khi về mặt thể xác tự tách mình ra khỏi đối tượng, bạn cũng đồng thời điều phục và bảo vệ tâm bằng cách thiền định mãnh liệt về *lam-rim*. Nếu không, cho dù thân thể bạn cách xa những đối tượng tham luyến, bạn vẫn có thể gặp những vấn đề nghiêm trọng, bởi tâm bạn không ở trong ẩn thất hay tu viện. Nó buông thả ra bên ngoài. Bởi tâm bạn không có những chứng ngộ vững chắc của sự từ bỏ, tâm Bồ-đề, và tánh Không, nên nó rất yếu đuối và chịu sự sai sử của các phiền não. Việc sống cách ly với những rối rắm thế tục và các đối tượng của dục vọng sẽ rất hữu ích cho bạn.

Đó là những điều cần lưu ý.

Những thực hành trong cuộc sống

Điều tốt nhất nên làm khi bạn ở trong tù là đọc *Giải thoát trong lòng tay*[1] một cách chậm rãi, từ đầu tới cuối, và càng nhiều lần càng tốt, nối kết nó với cuộc đời của chính bạn. Đây là điều quan trọng nhất bạn cần phải làm. Hãy ghi lại mọi điều bạn không hiểu rõ và sau đó (có lẽ không thành cả một quyển sách đầy những câu hỏi cần được trả lời!), bạn có thể đặt một số câu hỏi. Hãy đọc sách thật chậm rãi trong khi phân tích, vì thế việc này trở thành một thiền định.

Hãy ghi nhớ danh hiệu 35 vị Phật và bài nguyện sám hối, để bạn có thể tụng đọc bất kỳ nơi nào mà không cần mang theo sách - trong xe hơi, máy bay, hay thậm chí trong nhà vệ sinh! Nếu bạn không có được thời gian trong ngày, thì bạn có thể thiền định và tụng những lời nguyện này ngay cả trong nhà tắm. Trước kia, khi chúng tôi vừa mới đến Hoa Kỳ, có một lần ở New York, Lạt-ma Yeshe rất bận rộn với những đứa trẻ trong gia đình chúng tôi cư ngụ và không có căn phòng nào yên tĩnh. Vì thế Lạt-ma Yeshe vào phòng tắm để thực hành những thời khóa của ngài. Sau này Lạt-ma nói rằng, phòng tắm đó là nơi tốt nhất để thiền định. Đó là nơi duy nhất Lạt-ma không bị quấy rầy. Lạt-ma đã phải thực hiện những thời khóa để tiếp nối kinh nghiệm của ngài, để tiếp tục những chứng ngộ ngài đã có - những thành tựu cao tột như tịnh quang và huyễn thân. Ngài dùng một khoảng thời gian dài để chơi đùa với những đứa trẻ và gia đình. Hơn nữa, nếu bạn phải cầm sách để đọc danh hiệu 35 vị Phật và lời nguyện sám hối, điều đó sẽ khó khăn khi cùng làm với sự lễ lạy.

Bạn có hỏi thực hành nào là tốt nhất cho bạn. Khi quán sát chúng sinh, vô số chư Phật đã nhận thấy rằng tâm Bồ-đề

---

[1] Giải thoát Trong Lòng Tay, luận giảng của Pabongka Rinpoche (1878-1941) dựa trên kiệt tác "Lamrim Chenmo" của Đức Tsong Khapa, được Trizang Rinpoche (1901-1981) ghi chú và biên tập. Bản Việt ngữ của Thích Nữ Trí Hải dịch từ bản Anh ngữ "Liberation in the Palm of Your Hand". Có thể đọc bản dịch này tại: http://www.quangduc.com/triet/134giaithoat.html

chính là thực hành tốt nhất. Đây cũng là câu trả lời cho bạn. Tôi không thể trả lời khác với điều tất cả chư Phật đã nói trong quá khứ, khi các ngài quán sát những gì là lợi lạc nhất cho chúng sinh. Tôi đã đề cập điều này trong câu trả lời lần trước - tâm Bồ-đề chính là thực hành tuyệt vời nhất.

Trước khi thực hành Tantra, bạn phải nghiên cứu, thiền định, và nỗ lực để thành tựu chứng ngộ tâm Bồ-đề. Để chứng ngộ tâm Bồ-đề, bạn phải có sự chứng ngộ nền tảng về xả ly sinh tử luân hồi. Để đạt được điều đó, bạn cần xả bỏ cuộc đời này. Và để xả bỏ cuộc đời, bạn cần thiền định về sự tái sinh làm người quý báu và việc cơ hội làm người chỉ có được một lần duy nhất và khó tìm lại được như thế nào, rồi sau đó là thiền định về cái chết, về nỗi khổ của các cõi thấp, kế đó là sự quy y và nghiệp. Bạn nên thành tựu chứng ngộ mỗi một trong những thiền định này và đặc biệt là hãy thiền định thêm về cái chết để giúp bạn thành tựu những chứng ngộ khác.

Một khi bạn chứng ngộ tâm Bồ-đề, hãy dùng thêm thời gian để thực hành Tantra: các giai đoạn phát triển và thành tựu. Hãy thiền định thêm nữa trong giai đoạn phát triển, nhưng bạn cũng có thể làm một vài thực hành thuộc giai đoạn thành tựu. Theo cách này, con đường tu tập của bạn có thể được hoàn tất rất thành công, và với sự chuẩn bị của *lamrim* và ba con đường chính yếu là xả ly, tâm Bồ-đề, và chánh kiến, bạn có thể tiệt trừ những ô nhiễm thô và tế và thành tựu sự toàn giác.

Dù bạn ở trong hay ngoài nhà tù, trước tiên hãy nỗ lực thêm nữa trong việc thể nhập tâm Bồ-đề bằng việc thiền định và đạt được những chứng ngộ từng bước một đối với thành tựu đó. Cũng giống như, không qua trường tiểu học thì bạn không thể học trung học hay cao đẳng. Vì thế, bất kỳ bạn ở đâu, cho dù bạn ở trên mặt trăng, ở Venice, Tây Tạng, châu Phi, trên núi Everest, trong đại dương, hay ở bất kỳ nơi nào trên thế giới, bất kỳ nơi đâu, hãy thiền định về *lam-rim* để thành tựu tâm Bồ-đề trong đời này.

Nếu điều đó không xảy ra trong đời này, thì hãy nhắm đến việc đạt được nó trong đời sau, bằng cách nhận một tái sinh tốt lành, cho phép bạn thực hành và đạt được những chứng ngộ, hay tái sinh trong một cõi thuần tịnh và đạt được các chứng ngộ ở đó. Điều này có nghĩa là bạn phải gieo nhân. Bạn phải chuẩn bị để được sinh trong một cõi thuần tịnh, cõi thuần tịnh tuyệt hảo nhất nơi bạn có thể giác ngộ. Từ cõi tịnh độ nào đó, bạn có thể phải trở lại trái đất này và thực hành Tantra ở đây, là nơi các giáo lý Kim cương thừa hiện hữu. Đây là thế giới con người duy nhất nơi các giáo lý Kim cương thừa hiện hữu và là nơi ta có thể giác ngộ trong một đời.

Kinh Kim Cương (Kim Cương Năng Đoạn)

Chỉ đơn thuần qua việc nghe đến Kinh Kim Cương Năng Đoạn và có niềm tin ở Kinh này thôi, thì khối lượng công đức bạn tạo ra đã thật không thể nghĩ bàn và không tưởng tượng nổi. Chẳng hạn, công đức đó lớn lao hơn nhiều so với việc cúng dường thân thể bạn cho chúng sinh. Cúng dường bao nhiêu lần? Vào buổi sáng, cúng dường thân thể bạn với số lần tương đương số hạt cát trong đại dương. Những hạt cát này không phải là những gì chúng ta thường nghĩ tới, chúng là những nguyên tử (vi trần) hết sức nhỏ bé. Có bảy loại vi trần vi tế và đây là những loại vi trần đó. Vào buổi trưa bạn lại cúng dường thân thể bạn cũng với số lần nhiều như thế cho chúng sinh, và buổi chiều cũng thế. Bạn làm như thế mỗi ngày, trải qua nhiều kiếp. Tất cả những việc cúng dường đó thật phi thường, và cho dù chỉ thực hiện một lần thôi, bạn cũng đã hiến tặng rất nhiều nhân đức cho chúng sinh, nói gì tới việc bạn cúng dường ba lần một ngày trong rất nhiều năm và nhiều kiếp. Công đức đó thật ngoài sức tưởng tượng. Việc bố thí dù chỉ một thân xác cho chúng sinh thôi, đã là không thể nghĩ bàn.

Cho dù bạn thực hiện nhiều cuộc cúng dường mỗi ngày như thế, trong nhiều kiếp như thế, đó cũng chỉ là một lượng công đức nhỏ bé khi so sánh với việc lắng nghe *Kinh Kim Cương* Năng Đoạn và không đánh mất niềm tin nơi giáo lý về tánh Không (bằng việc rơi vào quan điểm cực đoan của thuyết hư vô, cho rằng không có gì hiện hữu). Điều này có nghĩa là, như trên chỉ ví dụ bằng việc nghe Kinh, nếu bạn tụng đọc, học thuộc lòng, và nghiên cứu ý nghĩa của quyển Kinh, bạn sẽ tích tập công đức lớn lao hơn rất, rất nhiều lần so với công đức tích tập được trong ví dụ cúng dường thân thể bạn. Hơn nữa, công đức phi thường mà bạn tích tập được bằng việc gìn giữ hay tụng đọc *Kinh Kim Cương* Năng Đoạn là một suối nguồn tịnh hóa mãnh liệt phi thường đối với mọi nghiệp tiêu cực nặng nề bạn từng tích tập, trải qua những đời quá khứ từ vô thủy.

Quan trọng nhất là, mỗi lần bạn đọc bản Kinh, bạn gieo cấy một chủng tử để chứng ngộ tánh Không. Bạn càng đọc Kinh nhiều lần thì càng có nhiều chủng tử trong tâm thức bạn, khiến bạn nhanh chóng và dễ dàng chứng ngộ tánh Không trong đời này, và nếu không trong đời này thì trong những đời sau.

Nhờ trí tuệ này, bạn đạt được sự nội quán vĩ đại được hợp nhất với shamatha (thiền an định). Nếu bạn thiền định về tánh Không được hợp nhất với shamatha, bạn có thể kinh nghiệm trạng thái xuất thần vô cùng hỷ lạc của thân và tâm. Khi ấy, bạn có thể thành tựu tri giác trực tiếp của tánh Không giải trừ các ô nhiễm - trước tiên là những sở tri chướng (những ô nhiễm do tri thức gây ra) và sau đó là những ô nhiễm nội tại. Bạn thành tựu sự giải thoát bằng cách hoàn toàn giải trừ ngay cả những chủng tử của phiền não chướng. Với sự chứng ngộ tâm Bồ-đề, kinh nghiệm trực tiếp của tánh Không giải trừ ngay cả những ô nhiễm vi tế và khi đó bạn thành tựu tâm toàn trí và có thể làm việc một cách toàn hảo và mang lại giác ngộ cho tất cả chúng sinh. Khi điều đó xảy ra, mục đích của đời bạn được thành tựu.

Kinh Arya Sanghata (Kinh Chánh Pháp Sanghata)[1]

Nhờ đọc *Kinh Chánh Pháp Sanghata*, bạn tích tập được những khối lượng công đức lớn lao phi thường. Tôi muốn bạn hiểu rõ mọi lợi lạc phi thường mà tất cả những trung tâm FPMT (Tổ chức Bảo tồn Truyền thống Đại thừa) và những người đọc quyển Kinh này thọ nhận được - những lợi lạc bên trong và bên ngoài.

Tôi nghĩ, có thể tôi đã nói với bạn về lý do tại sao phải tạo lập công đức. Càng có thêm công đức thì bạn càng có nhiều phương tiện để nhanh chóng và dễ dàng thành tựu những chứng ngộ, có nghĩa là nhanh chóng thành tựu giải thoát và giác ngộ cũng như mang đến sự giác ngộ cho tất cả chúng sinh. Đây là mục đích cốt tủy để tạo lập rất nhiều công đức nhờ đọc những bản Kinh quý báu này. Khi bạn có rất nhiều công đức, mọi vấn đề của bạn chấm dứt một cách thật tự nhiên và những ước nguyện hạnh phúc của bạn, bất kỳ những gì bạn nghĩ tưởng, sẽ xảy ra ngay ngày hôm sau,

---

[1] Xin đọc Kinh Chánh Pháp Đại Tập, bản dịch của cư sĩ Hồng Như tại: http://nalanda.batnha.org/giaophapteachings/kinhsutras/62-kinh-chanh-phap-sanghata-arya-sanghata-sutra-hn-book - Hạ tải hoặc nghe băng MP3: http://nalanda.batnha.org/phap-am-mp3/c-kinh--sutras/105-kinh-chanh-phap-sanghata-sanghata-sutra-mp3 - Kinh đã được Nhà Xuất bản Tôn Giáo ấn hành quý 1 năm 2007.

hay trong cùng một ngày, hoặc trong giây phút đó. Điều này chỉ xảy ra khi bạn có rất nhiều công đức.

Kinh Ánh Sáng Hoàng Kim[1]

Hãy đọc mỗi ngày một trang hay nửa trang kinh. Dĩ nhiên, điều này không có nghĩa là bạn không thể đọc nhiều hơn thế. Kinh *Ánh Sáng Hoàng Kim* hướng tâm bạn tới giác ngộ mỗi khi bạn đọc bản Kinh đó. Nó mang lại những lợi lạc phi thường, tịnh hóa những nghiệp tiêu cực của bạn, và bạn không bao giờ bị tái sinh trong những cõi thấp. Đó là điều hết sức phi thường, vượt ngoài sức tưởng tượng. Bản Kinh này chủ yếu dành cho nền hòa bình thế giới. Bạn có thể đọc Kinh này cho tất cả những tù nhân trên thế giới, không chỉ giúp cho những người ở Hoa Kỳ, mà cả những người ở khắp mọi nơi. Hãy đọc Kinh này để giải thoát mọi người khỏi tù ngục, để họ có được an bình và hạnh phúc, để tâm họ chuyển hóa và phát triển tâm tốt lành, để phát triển lòng khoan dung thoát khỏi sân hận, phát triển sự độ lượng thoát khỏi tâm ích kỷ, phát triển thái độ yêu quý và làm lợi lạc chúng sinh và để có thiện tâm.

Hãy cầu nguyện rằng mọi người, giống như Đức Chenrezig - Đức Phật Bi Mẫn - trở thành một suối nguồn của an bình và hạnh phúc, không chỉ cho toàn thể thế giới, mà còn cho toàn thể chúng sinh. Hãy hồi hướng như thế này, không chỉ cho các tù nhân, - dù đó là trọng tâm chính yếu của chúng ta, tất nhiên - mà là cho tất cả chúng sinh, khiến nghiệp tiêu cực của họ được tịnh hóa và họ không bao giờ phải sinh trong những cõi thấp, khiến những nguyên nhân luân hồi sinh tử của họ được tịnh hóa, nhờ đó họ thoát khỏi đại dương sinh tử

---

[1] Xin đọc Kinh Ánh Sáng Hoàng Kim, bản dịch của Hòa Thượng Thích Trí Quang: http://quangduc.com/kinhdien/31kimquangminh00.html

đau khổ và khiến họ nhanh chóng thành tựu giác ngộ.

Một điều bạn nên biết là, bằng cách tụng đọc Kinh *Ánh Sáng Hoàng Kim*, sẽ có được rất nhiều an bình và hạnh phúc trên thế giới, và ở đây, tại Hoa Kỳ. Có lẽ bạn có thể thông báo cho Tổng Thống Bush là bạn đang giúp vào điều này! Tác động của kinh này là rất mạnh mẽ. Điều đó trở thành một sự chữa lành. Ví dụ, nếu bạn đọc Kinh *Ánh Sáng Hoàng Kim* ở New York, đó sẽ là một sự chữa lành cho tất cả người bệnh ở New York. Điều này thật hết sức tốt lành.

Hồng Danh 35 vị Phật và Lời nguyện sám hối

Hãy tụng đọc pháp này vào buổi sáng. Tốt nhất là bạn có thể lễ lạy 35 vị Phật, trong khi trì tụng danh hiệu và cầu nguyện. Theo cách này, hai điều hết sức hữu hiệu được kết hợp (trì tụng và lễ lạy). Nếu bạn không thể lễ lạy, thì ít nhất hãy chắp tay trong khi tụng các hồng danh và cầu nguyện. Tôi gửi cho bạn một bức hình 35 vị Phật. Hãy quán tưởng các Ngài trong không gian với ánh sáng và những tia cam lồ đi vào thân tâm bạn, và tịnh hóa mọi nghiệp tiêu cực được tích tập từ những đời quá khứ từ vô thủy - không chỉ những nghiệp được tạo ra trong đời này. Trong khi tụng các hồng danh, bạn đang tịnh hóa bản thân cũng như tất cả chúng sinh.

Điều này vô cùng tốt lành và mạnh mẽ phi thường. Bạn đang cứu giúp mọi chúng sinh không bị tái sinh trong những cõi thấp và nhanh chóng thoát khỏi những phiền não và nghiệp của họ. Bạn đang cứu giúp tất cả những con kiến, gián, chuột, cá, muỗi, vô lượng thú vật đủ mọi loài, mọi chúng sinh trong địa ngục, ngạ quỷ và con người, kể cả những thành viên thân yêu nhất trong gia đình bạn, quan tòa thân yêu nhất của bạn, và những người cao quý nhất trong tổ chức chăm sóc trẻ em, là những người tốt lành nhất. Vì thế, điều này thật tuyệt hảo. Vô cùng tuyệt hảo. Thực hành này thực sự là tuyệt hảo. Nếu bạn ăn quá nhiều kem, bạn sẽ mắc bệnh, nhưng thực hành này chỉ giúp bạn tới gần sự giải thoát và giác ngộ hơn nữa.

Thần chú Vajrasattva (Kim Cương Tát Đỏa)

Hãy tụng thần chú này trước khi đi ngủ. Dĩ nhiên, điều đó không có nghĩa là bạn không thể tụng thần chú Vajrasattva vào những lúc khác. Nếu có thể, hãy tụng một hay một nửa chuỗi thần chú dài, tối thiểu là 21 lần. Khi ở trong tù, nếu bạn có thể tụng được một chuỗi sẽ rất tốt. Nếu không thì tụng nửa chuỗi. Hai thực hành này (35 vị Phật và Đức Vajrasattva) mang đến lợi lạc phi thường.

Nếu bạn không tụng 21 lần thần chú Vajrasattva trước khi đi ngủ, thì việc giết hại một con côn trùng nhỏ bé, chẳng hạn, hay phạm bất kỳ nghiệp tiêu cực nào trong ngày đó, sẽ nhân đôi lên vào ngày hôm sau, rồi ngày hôm sau nữa nó tăng gấp 4 lần, ngày kế tiếp, nghiệp giết hại đó tăng gấp 8 lần, rồi 16 lần, và cứ tiếp tục như thế...

Nếu bạn không bao giờ tụng thần chú Vajrasattva trước khi đi ngủ, vào lúc chết, nghiệp tiêu cực sẽ lớn như một ngọn núi hay trái đất này. Giống như một nguyên tử, nhân lên nhiều lần có thể to lớn như trái đất này, một nghiệp tiêu cực nhân lên nhiều lần trở thành hết sức khổng lồ và nặng nề vào lúc chết. Sau đó bạn sinh sang đời sau với toàn bộ những ngọn núi nghiệp tiêu cực này và sinh vào các cõi thấp, nơi bạn trải qua những đau khổ vô cùng tận, tiếp nối nhau trong những quãng thời gian dài không thể tưởng tượng nổi. Bạn tái sinh, chết và lại tái sinh ở đó.

Có tám địa ngục nóng. Nếu tất cả những ngọn lửa trên trái đất này được gom về một chỗ, thì khi so với một tia lửa nhỏ xíu trong địa ngục nóng đầu tiên, độ nóng của những ngọn lửa ấy cũng chỉ như là không khí mát mẻ. Từ sự so sánh này, bạn có thể thấy là, chỉ một tia lửa duy nhất trong địa ngục nóng đã nóng khủng khiếp đến như thế nào khi so với tất cả những ngọn lửa trên trái đất. Ta được biết rằng, ngọn lửa của ngày tận thế nóng gấp 60 lần so với ngọn lửa thông thường, làm nóng chảy cả dãy núi Rocky Mountains. Tia lửa nhỏ xíu trong các địa ngục nóng còn nóng gấp bảy lần khi so với ngọn lửa của ngày tận thế.

Đời sống trong địa ngục nóng đầu tiên kéo dài ngoài sức tưởng tưởng. Sách *Giải thoát trong Lòng Tay* giảng rằng, những năm của đời người chỉ dài bằng một ngày duy nhất của một loại hóa thần được gọi là Maharajika. Cứ tính 30 ngày như thế là một tháng và 12 tháng như thế là một năm, thì các hóa thần Maharajika sống đến 500 năm như thế. Toàn bộ đời sống của một hóa thần Maharajika chỉ được tính như một ngày duy nhất trong Địa ngục Đẳng hoạt (nơi chúng sinh chịu thọ hình chết rồi sống lại, mãi mãi không dứt), là địa ngục đầu tiên; và cứ 30 ngày như thế xem như một tháng, 12 tháng như thế là một năm, thì đời sống của chúng sinh trong Địa ngục Đẳng hoạt tương đương với 500 năm như thế. Điều này có nghĩa là, những chúng sinh trong loại địa ngục cá biệt này sống một thời gian dài 1.620 tỷ năm. Và thời gian này lại tăng lên gấp đôi trong loại địa ngục nóng kế tiếp.

Địa ngục nóng đầu tiên là Địa ngục Đẳng hoạt (saṃjīva-naraka), ở đó tội nhân liên tục chết đi và sống lại. Trong Địa ngục Hắc thằng (kālasūtra-naraka) tiếp theo đó, nỗi khổ vì nóng bức còn khủng khiếp hơn và đời sống kéo dài gấp đôi. Cứ tiếp tục như thế với 6 địa ngục còn lại, càng lúc càng nóng hơn và đời sống kéo dài gấp đôi qua mỗi địa ngục. Thật không thể tin nổi! Về sự lạnh giá trong tám địa ngục lạnh thì cũng thế, và nỗi khổ vì lạnh tăng dần lên qua mỗi địa ngục lạnh.

Do nghiệp xấu ác nặng nề, khi bạn bị sinh trong các địa ngục, làn da bạn rất nhạy cảm, giống như khi bạn bị nhiễm trùng. Da bạn rất mỏng, nên dù chạm vào bất cứ nơi đâu cũng làm bạn hết sức đau đớn. Nếu thân thể của chúng sinh địa ngục nhỏ bé, thì điều đó hẳn còn có thể chịu được, nhưng thân thể ấy lại to lớn như một trái núi và phải chịu đau khổ quá nhiều. Từng phần trên thân thể chúng sinh địa ngục khi rơi xuống mặt đất nóng và máu đổ tràn ra đều có cảm giác nhận biết, vì thế họ hết sức đau đớn. Đây là kết quả của những phiền não và nghiệp xấu ác nặng nề của bạn. Chẳng hạn, một số người dễ dàng chết đi vì một điều kiện tổn hại không đáng kể, nhưng một số người khác không dễ chết mà phải chịu đựng đau khổ một thời gian dài. Cho dù rơi vào lửa nóng, họ bị thiêu đốt nhưng không chết. Hoặc họ bị lạc trong những ngọn núi, bị tuyết và băng giá bao phủ, nhưng qua nhiều ngày vẫn không chết. Một số người bị ung thư và mắc những bệnh nặng, nhưng họ không chết và phải chịu đựng bệnh tật trong nhiều năm.

Vì thế, việc thực hành Vajrasattva với bốn năng lực đối kháng vào cuối mỗi ngày là vô cùng quan trọng. Nếu bạn tụng 21 lần thần chú thì điều đó có năng lực ngăn chặn nghiệp được tạo ra trong ngày hôm đó không nhân bội lên vào ngày hôm sau và không tăng trưởng mãi lên bằng kích thước của một trái núi hay quả đất. Vì không tăng lên nên nó phải suy yếu đi. Cho dù nghiệp xấu đó tự nó là một nghiệp hết sức nặng nề, nhưng nhờ năng lực của thực hành Vajrasattva, nó sẽ suy yếu đi, nên bạn không phải trải qua bất kỳ kết quả đau khổ nào, hoặc là bạn sẽ gặp phải điều gì đó không vừa ý trong đời này, thay vì phải trải qua nghiệp xấu ác trong các địa ngục và những cõi thấp khác hàng nhiều kiếp. Tự thân điều này đã là một sự giải thoát phi thường. Hoặc bạn có thể bị sinh trong cõi thấp, nhưng chỉ trong một giây (một cái búng tay), vì thế đó là một kết quả hết sức nhẹ nhàng. Kết quả mà bạn trải qua tùy thuộc vào phẩm tính của sự thực hành tịnh hóa mà bạn thực hiện. Việc trì tụng thần chú Vajrasattva 21 lần mỗi ngày tịnh hóa nghiệp xấu ác của ngày hôm nay, nghiệp xấu ác của ngày hôm qua, của đời này và của quá khứ.

Sự quan trọng của việc tịnh hóa không chỉ nằm ở chỗ nó ngăn ngừa bản thân bạn khỏi nỗi khổ trong những cõi thấp. Khi sinh làm người, bạn vẫn phải trải qua rất nhiều đau khổ và rất nhiều bất ổn. Có ba quả báo đau khổ do nghiệp xấu ác trong quá khứ của bạn:

1. *Quả* báo về *môi trường*, phải sống ở một nơi chốn khắc nghiệt, dơ bẩn.

2. *Quả* báo *tương tự nguyên nhân*, khi những người khác làm hại bạn, tương tự như cách bạn đã làm hại họ trong quá khứ. Nghiệp xấu ác hoàn toàn mới này tạo ra bốn kết quả đau khổ mới;

3. *Quả* báo tập nhiễm, khi bạn lại phạm vào một loại hành vi xấu ác tương tự, do thói quen tập nhiễm từ hành vi trong quá khứ. Từ một nghiệp xấu ác, bạn phải nhận lãnh những kết quả đau khổ vô tận. Đây là điều xảy ra nếu bạn không tịnh hóa nghiệp xấu ác đó càng sớm càng tốt với bốn năng lực chữa trị. Điều khủng khiếp nhất là, do bởi những chủng tử của nghiệp, bạn sẽ lặp lại hành vi xấu ác đó trong đời sau của bạn. Điều này còn kinh khủng hơn cả việc chịu khổ trong các địa ngục. Với nỗi khổ trong các địa ngục, bạn chịu đựng và cuối cùng thì nó cũng chấm dứt sau một hay hai kiếp, nhưng nếu bạn không tịnh hóa nghiệp của bạn và chỉ để mặc như thế, nó sẽ gây ra những đau khổ vô cùng tận, những địa ngục, và những bất ổn trong kiếp người mà dĩ nhiên là bạn không mong muốn. Bạn muốn được giải thoát. Mọi đau khổ mà bạn trải qua đều không phù hợp với ước muốn của bạn. Bạn không mong muốn dù chỉ là một bất ổn nhỏ nhặt trong những giấc mơ.

Chúng ta mong muốn dù chỉ là niềm hạnh phúc nhỏ nhoi nhất, dù chỉ trong những giấc mơ, và những tiện nghi nhỏ nhặt nhất trong đời sống hằng ngày. Nếu đúng như thế, thì chúng ta nên từ bỏ ngay cả hành vi xấu ác nhỏ nhặt nhất và hãy thực hiện dù chỉ là những thiện hạnh nhỏ nhoi nhất, trong khi ta đang đi lại, ăn uống, trò chuyện, và làm việc, 24 giờ trong đời sống hằng ngày của ta.

Như Lạt ma Tsong Khapa đã giảng trong *Nền tảng của Mọi Đức Tánh*, trong đoạn nói về nghiệp:

> *Cuộc đời này vô thường như một bong bóng nước*
> *Hãy nhớ rằng nó suy tàn nhanh chóng biết bao và cái*
> *   chết đến*
> *Sau cái chết, giống như chiếc bóng theo sau thân xác*
> *Những kết quả của nghiệp tốt và xấu nối tiếp theo sau.*
>
> *Khi có được sự xác quyết kiên định và rõ ràng về điều*
> *   này*
> *Xin gia hộ cho con luôn luôn cẩn trọng*
> *Từ bỏ ngay cả những bất thiện vi tế nhất*
> *Và chỉ thực hành những thiện hạnh.*

Điều rất quan trọng là phải tịnh hóa với thần chú Vajrasattva và lễ lạy 35 vị Phật mỗi ngày. Việc trì niệm mỗi danh hiệu của 35 vị Phật có năng lực tịnh hóa nghiệp xấu ác trong nhiều kiếp. Điều này lợi lạc phi thường. Việc trì niệm hồng danh 35 vị Phật giống như một trái bom làm tan tành nghiệp xấu ác và những ô nhiễm của bạn. Tôi sẽ thật hạnh phúc nếu bạn có thể ghi nhớ thực hành này khi bạn ở trong tù, để bạn có thể trì niệm các danh hiệu trong khi lễ lạy. Hãy quán tưởng những thân thể trong vô số đời quá khứ của bạn, lớn như những trái núi, quỳ xuống ở mọi nơi - đối trước chư Phật, trước bàn thờ của bạn - đứng lên và quỳ xuống. Nếu bạn có thể tự thân thực hành điều này thì thật là tuyệt vời.

Vị sư cô mà bạn biết có thể đã giảng cho bạn nghe về những lợi ích của việc lễ lạy, về việc có rất nhiều nguyên tử trong thân thể bạn, từ ngọn tóc trên đầu xuống tới gót chân bạn, và trong khi lễ lạy, chúng tạo ra nhiều nhân lành như thế nào để bạn sẽ được sinh ra làm một vị Chuyển Luân Thánh Vương với số lần nhiều như số nguyên tử đó, hay gấp 1.000 lần con số đó.

Dĩ nhiên là, để sinh ra làm Chuyển Luân Thánh Vương chỉ một lần thôi, bạn đã phải tạo vô lượng công đức không thể nghĩ bàn. Vì thế, Đức Phật chỉ đưa ra một ý niệm bằng cách sử dụng ví dụ này, để cho thấy bạn tích tập được rất nhiều công đức khi thực hành một lần lễ lạy. Bởi bạn hồi hướng công đức đến việc thành tựu giác ngộ cho chúng sinh, để tất cả đều được hạnh phúc và thoát khỏi mọi đau khổ, nên điều ấy thật hết sức phi thường. Đó là một phương cách quá dễ dàng để cứu giúp chúng sinh, nhờ vào tâm đại từ đại bi của Đức Phật.

Nguyên tác: **"Life Practices"**
của **Lama Zopa Rinpoche**

http://www.lamayeshe.com/index.php?sect=article&id=491

ĐỨC AVALOKITESHVARA VÀ THẦN CHÚ SÁU ÂM

Shangpa Tulku Rinpoche

Lời giới thiệu

Do sự bám chấp vào một "bản ngã", sự ô nhiễm như kiêu mạn, ghen ty, tham muốn, vô minh, bủn xỉn và sân hận sinh khởi. Bởi những tà kiến và cảm xúc này, chúng sinh phạm vào những hành vi xấu ác tự trói buộc mình vào nhữngkhổ đau trong luân hồi, đó là chu kỳ sinh, lão, bệnh, tử.

Tất cả chư Phật xuất hiện trong thế giới này, kể cả Đức Phật Thích-ca Mâu-ni, là để khai thị cho ta con đường giải thoát khỏi nỗi đau khổ này. Để đạt được mục tiêu là sự Giác ngộ, một hành giả cần phải phát triển trí tuệ và những phẩm tính của Đức Phật. Trong giai đoạn phát triển, hành giả tu tập Bồ Tát hạnh nương tựa vào chư Phật và Bồ Tát để nhận được những giáo lý, sự ban phước, gia hộ và quán đảnh của các Ngài. Bằng sự viên mãn của sáu Ba-la-mật, những Đấng Vĩ đại hay Bồ Tát này tích tập vô lượng công đức, lòng bi mẫn, trí tuệ và những phẩm tính, nhờ đó các Ngài đủ năng lực để cứu giúp chúng sinh.

Một trong những vị Bồ Tát được tôn kính nhất ở Tây Tạng, Trung Quốc, Nhật Bản, Hàn Quốc và Đông Nam Á là Đức Avalokiteshvara (Đức Quán Thế Âm). Người Tây Tạng gọi Ngài là *Chenrezig*, người Trung Quốc gọi là *Kuan Yin Pu Sa*.

Sự đản sinh kỳ diệu của Đức Avalokiteshvara trong cõi Tịnh độ Padmawati

Theo bản văn Mani Kabum, trong cõi Tịnh độ Padmawati (Liên Hoa), có một vị Chuyển luân thánh vương tên là Zangpochog. Vị vua này muốn có một hoàng nam. Vua thực hiện nhiều lễ cúng dường Tam Bảo để cầu xin được chấp nhận ước nguyện, và cứ mỗi lần cúng dường, nhà vua đều sai lính hầu đi hái hoa sen.

Có một lần, một tên lính hầu tìm thấy một hoa sen khổng lồ trong hồ. Cánh hoa lớn như cánh chim kên kên và sắp nở ra. Anh ta vội vã chạy về báo tin cho vua. Đức vua cảm nhận rằng đây là một dấu hiệu cho thấy ước nguyện của ông đã được thành tựu. Cùng với đoàn quần thần gồm các vị thượng thư, vua đi tới hồ, mang theo nhiều phẩm vật cúng dường. Đến đó, họ tìm thấy một hoa sen khổng lồ đang nở. Giữa những cánh hoa là một cậu bé khoảng mười sáu tuổi. Thân cậu bé có sắc trắng và tô điểm bằng những dấu hiệu viên mãn của một vị Phật. Ánh sáng chiếu ra từ thân cậu. Cậu bé kêu lên: "Ta cảm thấy thương xót tất cả chúng sinh đang chịu quá nhiều đau khổ!"

Vua và quần thần cúng dường rất nhiều và lễ lạy cậu bé, rồi thỉnh mời cậu về cung điện. Do sự đản sinh kỳ diệu này, nhà vua tặng cho cậu danh hiệu "Sinh trong Hoa Sen" hay "Tinh túy của Hoa Sen". Vua cũng tham khảo ý kiến Đạo sư của mình là Đức Phật Amitabha (A-di-đà) về vấn đề này. Đức Phật bảo vua rằng, cậu bé này là hóa thân của tất cả chư Phật. Ngài cũng là hóa thân của trái tim tất cả chư Phật. Danh hiệu của Ngài là Avalokiteshvara và Ngài đáp ứng mục đích của tất cả chúng sinh bao la như không gian.

Sứ mệnh của Đức Avalokiteshvara và sự hiển lộ của Sáu Đức Phật trong sáu cõi chúng sinh

Vào một ngày trăng tròn, vua thực hiện một lễ cúng dường Tam Bảo và Đức Avalokiteshvara thật trọng thể. Vào lúc đó, Đức Avalokiteshvara nhớ lại sứ mệnh của mình. Ngài phải giải thoát tất cả chúng sinh khỏi những đau khổ của họ. Với tâm đại bi, Ngài quán chiếu chúng sinh trong ba cõi Dục giới, Sắc giới và Vô sắc giới. Ngài thấy rõ những ô nhiễm và đau khổ của họ. Ngài thấy rằng "lòng tham muốn của họ như thác nước; sân hận như một ngọn lửa hừng hực; si mê bao phủ họ như những đám mây đen tối; kiêu mạn thì vững chắc như ngọn núi, và sự ganh tị của họ mau lẹ như cơn gió. Sợi dây xích bản ngã cột trói mỗi một và toàn thể chúng sinh vào vòng sinh tử. Nỗi đau khổ mà họ phải chịu đựng giống như thể họ bị rơi vào đống lửa nóng đỏ."

Đức Avalokiteshvara phát khởi lòng đại bi và từ đôi mắt Ngài những giọt lệ tuôn rơi. Ngài thực hiện những cuộc cúng dường vĩ đại, lễ lạy và cầu xin thập phương chư Phật chỉ dạy, làm thế nào Ngài có thể mang lại lợi lạc tất cả những chúng sinh này. Chư Phật đồng thanh đáp lại: "Nếu ông muốn làm lợi lạc tất cả chúng sinh, ông phải được thúc đẩy bởi tâm đại từ đại bi. Đừng chán ngán công việc này. Đừng từ bỏ nó." Ngài hỏi lại một lần nữa: "Làm thế nào con có thể phát triển tâm từ bi?"

Đức Phật A-di-đà xuất hiện để chỉ dạy cho Đức Avalokiteshvara phương pháp thực hành, và ban quán đảnh cho Ngài để hoàn thành sứ mệnh. Với sự ban phước này, Đức Avalokiteshvara ước nguyện sâu rộng thêm nữa: "Từ mỗi lỗ chân lông của tôi, tôi nguyện hóa thân thành chư Phật và Bồ Tát, tùy theo mọi nhu cầu của tất cả chúng sinh. Với những hóa thân này, tôi nguyện giải thoát tất cả chúng sinh, không loại trừ ai. Nếu tôi có sự chấp ngã, đầu tôi sẽ vỡ ra thành từng mảnh."

Đức Phật A-di-đà tán thán ngài: "Lành thay! Chư Phật ba đời trong mười phương và chính ta cũng từng phát nguyện giác ngộ như ông. Chúng ta đã phát nguyện như thế và đã đạt được Giác ngộ. Ta sẽ hộ trì cho ông." Đức Phật A-di-đà ban phước cho lời phát nguyện của Ngài và gia trì cho Ngài hơn nữa.

Hiển lộ của Sáu Đức Phật trong Sáu Cõi

Sau đó Đức Avalokiteshvara phóng ra sáu hào quang từ thân ngài tới sáu cõi chúng sinh. Mỗi hào quang đều hóa hiện như một Đức Phật. Sáu Đức Phật ấy là:

1. Đức Phật Gyajin trong cõi trời, điều phục tánh kiêu mạn của tất cả các vị trời và giải thoát họ khỏi đau khổ;

2. Đức Phật Thagzangri trong cõi a-tu-la, điều phục sự ganh tị và giải thoát chúng sinh a-tu-la khỏi nỗi khổ của sự tranh đấu và chiến tranh liên tục;

3. Đức Phật Shakyamuni (Thích-ca Mâu-ni) trong cõi người, điều phục lòng tham muốn của loài người và giải thoát họ khỏi sinh, lão, bệnh, tử;

4. Đức Phật Sengye Rabten trong cõi súc sinh, điều phục ô nhiễm của sự vô minh, và giải thoát loài súc sinh khỏi nỗi khổ khi bị săn bắt, ăn thịt và hành hạ;

5. Đức Phật Namkhazod trong cõi ngạ quỷ điều phục ô nhiễm của sự keo kiệt, bủn xỉn, và giải thoát các ngạ quỷ khỏi nỗi khổ đói khát.

6. Đức Phật Chokyi Gyalpo trong cõi địa ngục, điều phục ô nhiễm của sân hận và giải thoát chúng sinh ở đây khỏi nỗi khổ đau vì phải chịu đựng nóng, lạnh khủng khiếp và những nỗi khổ mãnh liệt khác.

Nhờ đó vô số chúng sinh đã được giải thoát.

Hóa thân của Đức Avalokiteshvara Thiên Thủ Thiên Nhãn và Thần chú Sáu Âm

Sau một thời gian, Đức Avalokiteshvara nghĩ rằng, Ngài đã làm vơi bớt đáng kể số lượng chúng sinh đau khổ. Từ núi Tu-di, ngài dùng tuệ nhãn quán chiếu và thất vọng khi nhận ra rằng số lượng chúng sinh đau khổ không hề giảm bớt. Ngài phóng hào quang ba lần nữa tới sáu cõi, để giải thoát tất cả chúng sinh. Nhưng khi xem lại một lần nữa, ngài vẫn thất vọng. Trong lúc thất vọng, Ngài nghĩ: "Quả đúng như Đức Như Lai đã nói, không gian là vô tận, chúng sinh cũng bao la vô tận như thế. Ta đã giải thoát quá nhiều chúng sinh, nhưng số lượng chúng sinh vẫn không giảm bớt. Vòng luân hồi thật vô cùng tận. Ta phải tự giải thoát chính mình."

Với tư tưởng thối thất này, ngài phá vỡ giới nguyện Bồ Tát. Đầu ngài vỡ ra thành một trăm mảnh. Lòng tràn trề ân hận, ngài cầu cứu Đức Phật A-di-đà và tất cả chư Phật: "Con đã không hoàn thành tâm nguyện của con và của tất cả chúng sinh, xin cứu giúp con."

Đức Phật A-di-đà xuất hiện, thâu thập một trăm mảnh sọ vỡ và biến chúng thành mười một cái đầu. Ngài ban phước cho mười đầu có dáng vẻ an hòa và một đầu có dáng vẻ phẫn nộ, để chế ngự những kẻ không thể điều phục bằng phương tiện an hòa.

Sau đó Đức Phật A-di-đà giảng dạy: "Sinh tử không có lúc bắt đầu. Sinh tử cũng không có lúc chấm dứt. Ông phải làm lợi lạc chúng sinh cho tới khi vòng luân hồi chấm dứt.[1]

---

[1] Ngài Gampopa trong Giải thoát Bảo tràng luận (Jewel Ornament of Liberation) giải thích rằng, "không có lúc chấm dứt" ở đây có nghĩa là phải mất một thời gian rất lâu để giải thoát cho tất cả chúng sinh, chứ không có nghĩa là vòng luân hồi vĩnh viễn không thể chấm dứt. Từ quan điểm thông thường, vòng luân hồi - chu kỳ sinh tử - là quá dài lâu đến nỗi chúng ta không thể nào thấy được điểm bắt đầu và điểm kết thúc. Tuy nhiên, đối với tất cả chư Phật và

Đức Avalokiteshvara liền thỉnh cầu: "Nếu như con phải làm lợi lạc tất cả chúng sinh cho đến khi vòng luân hồi chấm dứt, xin nguyện cho con có được một ngàn cánh tay, một ngàn con mắt. Nguyện cho một ngàn cánh tay ấy hóa hiện như một ngàn vị Chuyển luân thánh vương, và một ngàn con mắt sẽ hóa hiện như một ngàn vị Phật.

Đức Phật A-di-đà liền nhận lời thỉnh nguyện và ban cho ngài đủ một ngàn cánh tay với một ngàn con mắt, mỗi con mắt nằm trong lòng của mỗi bàn tay.

Rồi Đức Phật A-di-đà truyền dạy thêm: "Nếu ông muốn làm vơi nỗi khổ của sáu cõi, ông phải truyền bá thần chú Sáu Âm OM MANI PADME HUNG. Thần chú này sẽ làm ngừng dứt sự tái sinh và những đau khổ của chúng sinh trong sáu cõi. Mỗi một âm sẽ tiệt trừ nguyên nhân và điều kiện (duyên) để tái sinh ở một trong sáu cõi tương ứng.

Âm OM sẽ tiệt trừ nhân duyên sinh vào cõi trời.

Âm MA sẽ tiệt trừ nhân duyên sinh vào cõi bán thần.

Âm NI sẽ tiệt trừ nhân duyên sinh vào cõi người.

Âm PAD sẽ tiệt trừ nhân duyên sinh vào cõi súc sinh.

Âm ME sẽ tiệt trừ nhân duyên sinh vào cõi ngạ quỷ.

Âm HUNG sẽ tiệt trừ nhân duyên bị sinh trong cõi địa ngục.

Ông phải thọ nhận, bảo vệ, trì tụng và thâm nhập thần chú này. Thần chú này sẽ giải thoát hết tất cả chúng sinh trong sáu cõi."

---

các Đấng Giác ngộ, vòng luân hồi chỉ là một ảo giác, và ảo giác thì không hề có sự xác định là hiện hữu hay không hiện hữu. Tất cả chúng sinh đều có thể xóa bỏ ảo giác này, vì nó không hàm chứa bất kỳ sự chân thật nào. Trong văn cảnh này, lời dạy của đức Phật A-di-đà có nghĩa là, "ngài Avalokiteshvara phải làm lợi lạc tất cả chúng sinh cho đến khi tất cả đều được giải thoát".

Đức Avalokiteshvara xuất hiện trong thế giới này

Đức Phật A-di-đà đã hiển lộ sáu âm của Thần chú "Om Mani Padme Hung" trong hình thức ánh sáng, từ núi Potala tới thế giới này. Ngài cũng truyền dạy Đức Avalokiteshvara đi tới đó để giải thoát tất cả chúng sinh. Để báo trước sự xuất hiện của Đức Avalokiteshvara, toàn thể thế giới ngập đầy những dấu hiệu kỳ diệu và ánh sáng chói lọi, vượt xa ánh sáng của mặt trời và mặt trăng.

Vào lúc đó, Đức Phật Thích-ca Mâu-ni đang thuyết pháp tại núi Malaya. Một vị Bồ Tát nhận thấy những ánh sáng chói lọi. Ngài quỳ xuống và thưa hỏi Đức Phật về nguyên nhân của điều này. Đức Phật Thích-ca Mâu-ni trả lời: "Về phương tây, cách đây vô lượng thế giới, có một cõi gọi là Padmawati (Liên Hoa). Nơi đó có Đức Phật A-di-đà và ngài có một vị Bồ Tát tên là Avalokiteshvara. Bồ Tát ấy đã đến thế giới này, tại núi Potala, ở đó Bồ Tát sẽ làm lợi lạc vô số chúng sinh. Bồ Tát này là vị xuất sắc nhất trong tất cả các Bồ Tát. Ngài hóa hiện một ngàn vị Phật, trùm khắp toàn thể vũ trụ để giải thoát tất cả chúng sinh."

Giáo lý Thần chú Sáu Âm của Đức Phật Thích-ca Mâu-ni

Có một lần, Đức Phật Thích-ca Mâu-ni đang an trụ tại tu viện Anathapindika (Cấp Cô Độc), tại vườn Jeta (Kỳ viên), gần Shravasti (thành Xá-vệ) cùng hội chúng vây quanh gồm các đệ tử của Ngài. Ngài đã giới thiệu vị Bồ Tát phi thường này và Thần chú Sáu Âm với đại chúng.

Một Bồ Tát tên là Sarvanivaranaviskambhim (Trừ Cái

Chướng Bồ Tát) đã thỉnh cầu Đấng Thế Tôn. Vị Bồ Tát này đã đảnh lễ và khẩn nguyện: "Vì lợi lạc của chúng sinh trong sáu cõi, xin chỉ dạy cho con làm thế nào con để có được Đại Thần chú này, là trí tuệ của tất cả chư Phật, sẽ chặt đứt tận gốc rễ của luân hồi. Kính mong Đức Phật ban cho con giáo lý này. Con cúng dường toàn thể vũ trụ như Mạn đà la. Đối với bất kỳ ai phát nguyện ghi chép Thần chú Sáu Âm này, con nguyện cúng dường máu của con để làm mực, xương con để làm bút và da con làm giấy viết. Xin Đức Phật ban cho con giáo lý Thần chú Sáu Âm này."

Sau đó Đức Phật Thích-ca Mâu-ni ban giáo lý: "Đây là thần chú lợi lạc nhất. Ngay cả ta cũng đã từng phát lời nguyện như ông trước tất cả một triệu Đức Phật và nhờ đó được nhận lãnh giáo lý này từ Đức Phật A-di-đà."

Những lợi ích của Thần chú Sáu Âm

Công đức của Thần chú Sáu Âm thật vô lượng và ngay cả chư Phật trong ba đời cũng không thể mô tả hết. Một số những lợi ích này là:

1. Bất kỳ ai bảo vệ thần chú này, thân thể họ sẽ biến thành thân kim cương, xương biến thành xá lợi của Đức Phật và tâm thức bình thường của họ sẽ chuyển hóa thành trí tuệ của chư Phật.

2. Bất kỳ ai trì tụng thần chú này dù chỉ một lần sẽ đạt được trí tuệ vô biên. Người ấy sẽ được sinh ra làm một Chuyển luân thánh vương. Người ấy sẽ thành tựu địa vị bất thối chuyển của Bồ Tát và cuối cùng đạt được Giác ngộ.

3. Nếu thần chú này được khắc trên đá và những ngọn núi, khi một con người hay loài phi nhân tiếp xúc và nhìn thấy thần chú, người ấy sẽ phát triển nhân lành để trở thành một Bồ Tát trong đời sau, bằng cách ấy làm vơi dịu những đau khổ của họ.

Ta được dạy rằng, có thể tính đếm được số cát sông Hằng và số giọt nước trong đại dương, nhưng công đức của việc trì tụng Thần chú Sáu Âm này không thể đo lường được.

Thần chú Sáu Âm là hiển lộ của ngôn ngữ và năng lực trí tuệ của tất cả chư Phật. Nó tịnh hóa tri giác bất tịnh của ta về âm thanh. Nó cũng là một phương tiện để bảo vệ tâm ta khỏi những niệm tưởng mê lầm. Nó chặt đứt vô minh và khai mở trí tuệ của ta. Nó làm tăng trưởng vô lượng sự gia hộ và khiến ta có thể đạt được an bình. Thần chú này có thể cứu giúp và làm nguôi dịu hàng trăm và hàng ngàn khổ đau và khốn khó của chúng sinh.

Đối với một số người, điều này nghe có vẻ như không thể tin nhận. Tuy nhiên, Bồ Tát Avalokiteshvara đã phát đại nguyện và tích tập vô lượng công đức, trí tuệ và phương tiện thiện xảo để cứu giúp chúng sinh. Ngài có chiếc "móc câu" để giải thoát chúng sinh. Nếu chúng ta có niềm tin chân thành và sâu xa ở ngài và nỗ lực trong việc thực hành Pháp, thì xem như ta đã có được "một cái vòng chắc chắn và không bị gãy đứt". Nhờ ta có được chiếc vòng của niềm tin, Đức Avalokiteshvara có thể dùng "móc câu" lôi chúng ta thoát ra khỏi những đau khổ.

Do đó, ta nên đưa Đức Avalokiteshvara vào tâm thức ta thật tôn kính, và trì tụng Thần chú Sáu Âm thật chân thành và rõ ràng. Mọi nhu cầu thế gian và xuất thế gian của ta đều sẽ được đáp ứng.

Đức Avalokiteshvara ở Tây Tạng

Ngày xưa, khi vị vua Tây Tạng là Lha Thothori Nyentsen đang ở trong cung điện Yumbu Lagang, thì từ trên trời có một chiếc hộp nhỏ rơi xuống mái cung điện. Hộp được mở ra và để lộ pho Kinh *Những Nghi thức của sự Từ bỏ và Hoàn thành* (spang-skong phyag-brgya-pa'imdo), một bản khắc *Đà-ra-ni Viên Ngọc Như Ý* (Cintamanidharani), Kinh *Những Phẩm tính Phong phú của Đức Avalokiteshvara* (Aryakaranda-sutra), Thần chú Sáu Âm, và một stupa (bảo tháp) vàng. Nhà vua không biết những Kinh sách đó là gì, nhưng hiểu rằng chúng là điềm tốt lành. Vua có một giấc mộng lành là sau năm thế hệ nữa, người ta sẽ thấu hiểu ý nghĩa của "những vật mang điềm lành".

Vị vua thứ năm sau Lha Thothori Nyentsen là vua Songtsen Gampo. Ngài cưới công chúa Brikuti xứ Nepal và công chúa Trung Hoa đời Đường tên là Wen-Cheng (Văn Thành). Mỗi vị công chúa đều mang theo một pho tượng Phật Thích-ca Mâu-ni đến Tây Tạng và giới thiệu nền văn hóa Phật Giáo với xứ này. Đức vua cảm thấy việc mang giáo lý Phật Giáo tới cho thần dân ngài thật cần thiết. Ngài liền phái Thonmi Sambhota sang Ấn Độ để học văn phạm và chữ viết. Sau này Thonmi Sambhota phát minh ra hệ thống chữ viết và văn phạm Tây Tạng dựa theo tiếng Sanskrit (Phạn ngữ). Bản kinh Phật Giáo đầu tiên được dịch từ tiếng Sanskrit sang tiếng Tây Tạng là *Hai mươi mốt Kinh và Tantra (Mật điển) của Đức Avalokiteshvara.* Sau đó, nhiều giáo lý Phật Giáo quan trọng khác cũng được phiên dịch.

Vua và thần dân của ngài dấn mình vào thực hành của Đức Avalokiteshvara. Kinh điển được thâu thập và chôn giấu trong những kho tàng riêng biệt. Về sau, những Đạo sư thành tựu là Ngodrup, Nyang và vị Thầy Shakya-O đã khám phá những kho tàng này. Những kho tàng này được biết tới như là Những Tác phẩm được Tuyển chọn của Đức Vua liên quan tới Thần chú "Om Mani Padme Hum" (mani bka-bum).

Nhiều Đạo sư vĩ đại ở Tây Tạng trong quá khứ và hiện nay truyền bá giáo lý của Đức Avalokiteshvara cho môn đồ của họ. Có một số sadhana (nghi quỹ) được các Đạo sư vĩ đại như thế biên soạn. Trong quá trình thực hành, đích thân các ngài đã nhận lãnh những giáo lý này từ Bổn Tôn. Nhiều hành giả Tây Tạng tuân thủ những phương pháp thực hành này để thành tựu trạng thái giác ngộ của Đức Avalokiteshvara và giải thoát bản thân họ khỏi những đau khổ của luân hồi sinh tử. Họ cũng dẫn dắt những người khác tới con đường viên mãn này.

Nhiều tu viện và ni viện cũng hướng dẫn những khóa nhập thất tịnh hóa hàng năm (*Nyungne*),[1] những Khóa Trì tụng Thần Chú Long trọng cho tu sĩ và cư sĩ. Các Đạo sư cũng khuyến khích việc đúc Thần Chú Sáu Âm trên những bánh xe cầu nguyện v.v... để tích tập công đức. Người Tây Tạng tin rằng tất cả những việc làm này sẽ hỗ trợ cho họ trong tiến trình tu tập tâm linh. Họ tin rằng, Đức Avalokiteshvara là vị cứu tinh và đấng bảo hộ của họ, trong khi vua Songtsen Gampo là một Hóa Thân của Đức Avalokiteshvara, và hai vị phối ngẫu của đức vua là những hóa thân của hai Đức Tara.[2]

Bồ Tát Quán Thế Âm ở Trung Quốc

Mặc dù Phật Giáo truyền đến Trung Hoa từ triều Đông Hán, nhưng chỉ trở nên phổ biến nhiều và có ảnh hưởng tại xứ này vào đời Đường. Nhiều tín đồ của Đạo Phật đã hành hương tới Ấn Độ để nghiên cứu từ cội nguồn của giáo lý. Người nổi danh nhất trong số những nhà chiêm bái vào đời Đường là Pháp sư Huyền Trang. Theo tài liệu ghi chép lại, trong hành trình tới Ấn Độ, ngài lạc lối trong sa mạc nhưng

---

[1] Nyungne (phiên âm là nyung-nay) là một thực hành chay tịnh đặc biệt để tịnh hóa và làm tươi mới, được các hành giả của tất cả bốn trường phái chính thuộc Phật Giáo Tây Tạng thực hành. Nyungne gồm có hai ngày thực hành và một thời khóa kết thúc ngắn vào sáng ngày thứ ba.

[2] Xin đọc "Bài Cầu nguyện Đức Chenrézi" của vị vua này ở phần cuối.

đã tìm thấy đường đi nhờ cầu nguyện với Bồ Tát Quán Thế Âm (Avalokiteshvara).

Trong Phật Giáo Trung Hoa, có hai tông phái chính liên quan tới giáo lý và thực hành của Bồ Tát Quán Thế Âm. Tông Thiên Thai giảng dạy Kinh *Saddharmapundarika* hay Kinh Diệu Pháp Liên Hoa. Trong một phẩm của kinh này là Phẩm Phổ Môn, Đức Phật Thích-ca Mâu-ni dạy rằng, vị Bồ Tát này có năng lực hóa hiện khắp mọi nơi và trong bất kỳ hình tướng nào, để cứu giúp chúng sinh thoát khỏi đau khổ. Ngài sẵn sàng đáp lời cầu cứu của tất cả những ai gặp phải hiểm nguy, như những nguy hiểm do vũ khí, xiềng xích, lửa đỏ, quỷ ma, những vách đá và sông nước gây ra. Đức Phật cũng dạy rằng, nếu một phụ nữ ước muốn có một đứa con, thì người ấy nên cầu nguyện Bồ Tát với sự tôn kính, bà ta sẽ hạ sinh đúng lúc một đứa trẻ được phú bẩm những sự ban phước, đức hạnh và trí tuệ như mong muốn.

Tông phái thứ hai là Tịnh Độ tông, phổ biến giáo lý của Kinh A-di-đà. Theo Kinh này, do tâm đại từ đại bi vô lượng vô biên đối với tất cả chúng sinh, Đức Phật A-di-đà đã thiết lập một Cõi Phật Thanh tịnh. Ngài phát nguyện rằng, bất kỳ ai có niềm tin tuyệt đối ở ngài và cõi Tịnh Độ, đều sẽ được vãng sinh về đó. Trong cõi Tịnh Độ đó, Bồ Tát Quán Thế Âm là vị trợ thủ cho Đức Phật A-di-đà, luôn sẵn sàng hiện đến bất kỳ nơi đâu để tiếp dẫn những người có tín tâm về cõi Tịnh độ Cực lạc. Tính chất đơn giản của giáo lý này cuốn hút và làm rung động trái tim của những ai đang tìm kiếm an bình và hạnh phúc. Với sự truyền bá tông phái thực hành này, Đức Phật A-di-đà và Bồ Tát Quán Thế Âm càng trở nên phổ biến hơn nữa. Có một câu tục ngữ Trung Hoa nói rằng: "Di-đà ở khắp mọi nơi; Quán Âm hiện khắp mọi nhà."

Hiện nay, sự sùng bái vị Bồ Tát này đã hòa nhập rất nhiều với truyền thống và niềm tin của người Trung Hoa. Điều này có thể được chứng minh qua sự thay đổi giới tính của Bồ Tát từ nam thành nữ. Những bức họa khám phá ở Đôn Hoàng đã miêu tả Bồ Tát là một người nam có râu mép. Đôi khi Ngài cũng được mô tả có mười một đầu, một ngàn mắt và một ngàn tay. Tuy nhiên, sau thời kỳ này, Bồ Tát được trình bày như một nữ nhân mặc y phục trắng, gọi là Bạch Y Quán Âm. Ta có thể biện minh cho sự thay đổi như thế, bởi Kinh điển Đại thừa dạy rằng một Bồ Tát có thể mang bất kỳ thân tướng và hình dạng nào để cứu giúp chúng sinh.

Những đại hành giả Avalokiteshvara

Tiểu sử của các Đạo sư vĩ đại luôn luôn là một nguồn cảm hứng bất tận. Những hoạt động giác ngộ của các ngài làm lợi ích vô số chúng sinh. Ở đây, chúng tôi giới thiệu hai Đạo sư vĩ đại đã thực hành giáo lý của Đức Avalokiteshvara và đã đạt được Giác ngộ.

Một trong những Đạo sư vĩ đại là Gelongma Palmo (hay tỳ-kheo ni Lakshmi) sống vào thế kỷ thứ mười hay mười một. Bà sinh trong một gia đình hoàng tộc của Vương quốc Ấn Độ và xuất gia khi còn trẻ. Bà thọ nhận nhiều giáo lý từ những Đạo sư vĩ đại đương thời và thực hành thật tinh tấn. Do nghiệp quá khứ chín mùi, bà bị mắc bệnh phong cùi và bị mọi người ném vào rừng. Bà có một một thị kiến về vua Indrabodhi,[1] ngài khuyên bà thực hành pháp Avalokiteshvara.

Bà đã trì tụng những thần chú của Đức Avalokiteshvara và về sau liên tục thực hành nhập thất tịnh hóa (*Nyungne*) trước hình tượng của Bồ Tát này. Nhờ lòng sùng mộ và tinh tấn thực hành, bà đã có thể khỏi bệnh phong cùi. Bà cũng phát triển tâm đại từ đại bi đối với tất cả chúng sinh. Bà trở

---

[1] Vua Indra Bodhi là vị vua đầu tiên nhận được giáo pháp Kim cương thừa từ đức Phật và cũng là vị thánh giả thứ 84.

thành một ni sư giác ngộ và đã dẫn dắt nhiều đệ tử trong thực hành của Đức Avalokiteshvara.

Một hành giả vĩ đại khác của thực hành Avalokiteshvara là Thangtong Gyalpo (1385-1509). Ngài sinh ở miền Tsang thượng, Tây Tạng. Một hôm, trong khi đang thực hành Thần chú Sáu Âm, Đức Avalokiteshvara siêu phàm hiện ra trước mặt ngài, chỉ dạy và ban quán đảnh cho ngài. Ngài đạt được giác ngộ nhờ tinh tấn thực hành. Dựa trên sự thực hành và thành tựu của ngài, ngài đã biên soạn nghi quỹ (sadhana) *"Vì Lợi lạc của Tất cả Chúng sinh Bao la như Không gian"*[1] để dẫn dắt chúng sinh trong thực hành của Đức Avalokiteshvara. Bản văn này được tìm thấy trong mọi trường phái Phật Giáo Tây Tạng.

Ngài có thể nhớ lại đời trước, ngài là Gelong Padma Karpo (hay tỳ-kheo Bạch Liên). Trong đời đó, từ năm 20 tới 80 tuổi, ngài đã thực hành nhập thất Nyungne Avalokiteshvara thật kiên định. Thậm chí ngài còn có thể nhớ được, ngài đã khẩn cầu Đại Bồ Tát này ra sao. Lời khẩn cầu này được ghi lại trong những lời cầu nguyện Phật giáo và được truyền tới ngày nay.

Sau khi giác ngộ, ngài cũng khám phá nhiều kho tàng giáo lý được cất giấu, và đã giới thiệu giáo lý của Đức Phật cho nhiều người. Ngài đã tô tạo vô số hình tượng, Kinh sách và các stupa (bảo tháp) tượng trưng cho thân, ngữ và tâm của Đức Phật. Ngài đã thiết lập hơn một trăm cầu phà và cầu treo bằng sắt để làm lợi lạc chúng sinh. Để khuyến khích thiện hạnh trong dân chúng và để hỗ trợ cho phí tổn của công việc xây dựng, ngài đã miêu tả cuộc đời trong quá khứ của những vị Bồ Tát, những vị vua hộ pháp, và nhiều nhân vật khác bằng những vở nhạc kịch dân gian. Vào thời đại ấy, tất cả những hoạt động của ngài thật không thể nghĩ bàn.

---

[1] Xin đọc phần nghi quỹ (sadhana) "Làm Không gian Ngập đầy Lợi ích của Chúng sinh" ở cuối bài này.

Kết luận

Theo Giáo lý của Đức Phật, việc được nhận lãnh giáo lý của Đức Avalokiteshvara và Thần chú Sáu Âm là cực kỳ khó khăn. Nhờ công đức đã tích tập, chúng ta được học biết về Đức Avalokiteshvara, tiến trình phát triển, sứ mệnh vĩ đại và sự thành tựu của ngài. Chúng ta cũng được học biết về những công đức không thể nghĩ bàn của Thần chú, chúng ta nên hoan hỷ và trân quý điều này.

Nếu chúng ta trì tụng Thần chú này, với công năng giải thoát tất cả chúng sinh ra khỏi luân hồi, ta sẽ có thể tịnh hóa những nghiệp xấu ác đã làm, quét sạch những che chướng và hoàn thiện tâm Bồ-đề. Do đó chúng ta nên:

Kính ngưỡng Đức Avalokiteshvara như vị Bổn Tôn của
ta,
Trì tụng Thần chú Sáu Âm như thần chú cốt tủy,
Buông bỏ nỗi lo sợ đọa lạc vào những cõi thấp.

Đến đây, tôi xin kết thúc bài lược giảng về Đức Avalokiteshvara và Thần chú Sáu Âm với một đoạn kệ trích từ tác phẩm Ba mươi bảy Pháp hành Bồ Tát đạo:

Bởi công đức phát sinh từ đây, cầu mong tất cả chúng
sinh
Nhờ phương tiện của tâm Bồ-đề tuyệt đối và tương đối,
Trở thành Đấng Bảo hộ Avalokiteshvara, bậc không
rơi vào
Những cực đoan của luân hồi và độc giác.[1]

---

[1] Những cực đoan: có nghĩa là không đắm chìm trong luân hồi, cũng không tự mình giải thoát ra khỏi luân hồi một cách đơn độc. Vì Bồ Tát không rơi vào hai cực đoan này, nên ngài vẫn hóa hiện trong chốn luân hồi, nhưng chỉ nhằm mục đích cứu vớt và làm cho tất cả chúng sinh đều được giác ngộ.

Hồi hướng Công đức

Có lời dạy rằng:

"Không ai sở hữu được Phật Pháp,
Ngoại trừ những người kiên trì thực hành Pháp."

Cầu mong công đức của tặng phẩm Phật Pháp này
*   được chia sẻ cho tất cả chúng sinh.*
Cầu mong tất cả những ai có mối quan hệ với Đức
*   Avalokiteshvara*
có thể gặp được giáo lý của Ngài,
và cầu xin mọi người phát triển lòng đại bi
và từ ái của Ngài đối với mọi chúng sinh.

Cầu xin tất cả chúng sinh có thể đi theo vết chân ngài
Để Thành tựu Giác ngộ.

Việc tán thán Đức Avalokiteshvara,
Lắng nghe Thánh hiệu và nhìn thấy thân tướng của
*   Ngài*
Sẽ giải thoát chúng sinh khỏi mọi nỗi thống khổ.

Shangpa Rinpoche

Giảng tại Trung tâm Phật Giáo
Karma Kagyud, Singapore.

Nguyên tác: **"Arya Avalokitesvara**
and the Six Syllable Mantra"
của **Venerable Shangpa Rinpoche**

Nguồn: http://www.dhagpo-kagyu.org/anglais/science-esprit/
chemin/medit/methodes/avalokitesvara_shangpa1.htm

Nghi quỹ (Sadhana)

cầu nguyện Đức Chenrézi
Làm không gian ngập đầy lợi ích chúng sinh

Bài nguyện quy y và phát tâm Bồ-đề

(lặp lại ba lần)

Sangyé cho tang tsok kyi chok nam la

Changchup par du da ni kyab su chi

Da ki jin sok gyipé sonam kyi

Dro la pen chir sangyé drubpar sho

Nơi Phật, Pháp và Tăng Siêu việt
Con quy y cho tới khi đạt được Giác ngộ.
Nhờ công đức của việc thực hành bố thí và những ba-la-mật khác
Cầu mong con thành tựu Phật Quả để làm lợi lạc chúng sinh.

QUÁN TƯỞNG

Da sok ka kyap semchen kyi

Chitsuk pékar dawe teng

Hri lé pakchok chenrezi

Kar sel oser nga den tro

Dzumden tukché chen kyi zi

Chak shi tangpo teljar dzé

O nyi sheltreng pékar nam

Tar tang rinchen gyen kyi tré

Ridak pakpé toyok sol

Opamépé u gyen chen

Shab nyi dorjé kyiltrung shuk

Drimé dawar gyap tenpa

Kyapné kundu ngowor kyur

Trên đỉnh đầu con và vô lượng chúng sinh,
Trên một bông sen trắng và đĩa mặt trăng,
Xuất hiện chữ Hrih, từ đó hiển lộ Đức Chenrézi cao
*   quý và siêu phàm.*
Ngài có sắc trắng chói ngời, phóng ra ánh sáng năm
*   màu,*
Và mỉm cười với cái nhìn bi mẫn.
Bốn bàn tay Ngài, hai tay trước chắp lại,
Hai tay dưới cầm một chuỗi pha lê và bông sen trắng.
Ngài mặc y phục lụa là và những vật trang sức quý
*   báu,*
Và một mảnh da nai choàng trên vai.
Đức A-di-đà tô điểm đỉnh đầu Ngài.
Ngài an tọa trong tư thế kim cương,
Lưng tựa vào một đĩa mặt trăng bất nhiễm.
Ngài hiện thân tinh túy đích thực của mọi sự quy y.
Tưởng tượng rằng bạn và tất cả chúng sinh cầu nguyện
cùng một giọng, trì tụng ba, bảy, hay càng nhiều lần càng tốt:

Jowo kyonkyi mako kudok kar

Dzok sangyé kyi u la gyen

Tukjé chen kyi dro la zi

Chenrézi la chatsel lo

Detar tséchik sol tabpé

Pakpé ku lé ozer tro

Matak lé nang trulshé jang

Chi no déwachen kyi shing

Nang chu kyédroi lu nga yi

Chenrézi wang ku sung tuk

Nang trak rik tong yermé gyur

Om mani pémé hung hri

*Đức Chenrézi, sắc trắng thuần khiết, không bị những
   khiếm khuyết làm hoen ố,
Đỉnh đầu Ngài được tô điểm bởi Đức Phật toàn giác,
Ngài nhìn chúng sinh với đôi mắt bi mẫn
Xin kính lễ Đức Chenrézi!
Nhờ lời cầu nguyện nhất tâm này,
Ánh sáng phóng chiếu từ Đấng Cao quý,
Tịnh hóa những tri giác mê lầm phát khởi từ nghiệp
   bất tịnh:
Thế giới trở thành Cõi Cực Lạc,
Thân, ngữ và tâm của chúng sinh
Trở thành Thân, Ngữ và Tâm của Đức Chenrézi siêu
   phàm,
Hình tướng, âm thanh và giác tánh bất khả phân với
   tánh Không.
Khi thiền định về điều này, hãy trì tụng thần chú:
Om mani pémé hung hri*

Sau khi trì tụng càng nhiều càng tốt, hãy an trụ trong
bản tánh cốt tủy, thoát khỏi những ý niệm về chủ thể, đối
tượng và hành động.

Dakshen lu nang pakpé ku

Dra trak yiké trukpé yang

Trentok yeshé chenpoi long

*Thân con và những người khác xuất hiện như thân
tướng của Đấng Cao quý,
Những âm thanh là điệu du dương của thần chú Sáu
Âm,
Những hồi ức và niệm tưởng là sự trải rộng của đại trí
tuệ.*

HỒI HƯỚNG

Géwa diyi nyur tu da

Chenrézi wang drup gyur né

Drowa chik kyang malupa

Té yi sa la gopar sho

Géwa diyi nyur tu da

*Nhờ công đức của sự tu tập này
Cầu mong con nhanh chóng thành tựu Đức Chenrézi,
Và không bỏ sót một chúng sinh nào,
Cầu mong con kiến lập tất cả chúng sinh trong mức độ
của họ.*

Thiền định và trì tụng về Đấng Bi mẫn Vĩ đại, "Làm
không gian ngập đầy lợi ích của chúng sinh" do Đại thành
tựu giả Tangtong Gyalpo biên soạn. Nghi quỹ (Sadhana) này
được phú tặng với những sự ban phước. Sarwa Mangala.

BÀI CẦU NGUYỆN ĐỨC CHENRÉZI

Namo Lokeshvaraya

Tukjé zikshik jikten wangchuk shap

Gonkyap dzochik jétsun tukjé ter

Solwa depso panchok chenrézi

Tamé korwé gyamtso chenpo lé

Drolwé depon dzochik chenrézi

Mishé timuk munpé tiptsa na

Selwé dronmé dzochik chenrézi

Drala shedang metar bartsa na

Shiwé chugyun dzochik chenrézi

Nyenla dochak chushin druktsa na

Neluk tokpar dzochik chenrézi

Norla sernai dupé damtsa na

Tongwé nyerpa dzochik chenrézi

Ludi chungshi nekyi zintsa na

Menpé gyelpo dzochik chenrézi

Chikar tsershing jigdrak jungtsa na

Shelton semso dzochik chenrézi

Drokmé bardo trang la khyamtsa na

Jelwé ngoshé dzochik chenrézi

Mangpoi kyilné chikpur drotsa na

Dagpé shingtu kyol chik chenrézi

Ngelgo lekyi dungel jungtsa na

Okyi gur khang pupchik chenrézi

Mishé chipé lusu gyurtsa na

Drokchok shenyen dzochik chenrézi

Tagtu chiwor gomshing soldep na

Tsawai lamar dzochik chenrézi

Nyingka pemor gomshing gyeten na

Yidam lhachog dzochik chenrézi

Chinang gelkyen barché jungtsa na

Shiwé chokyong dzochik chenrézi

Trekom dungel nekyi zintsa na

Chido ngodrup tsolchik chenrézi

Kyepé tala chiwa ngepar ong

Ma ong lungten dzochik chenrézi

Lhang lhang yigé drukmé soldep na

Gyuntu tukjé zikshik chenrézi

Gewa diyi sangyé gopang chok

Nyur du top par dzochik chenrézi

*Đấng cai quản siêu phàm của thế giới, xin đoái hoài tới
     con với lòng bi mẫn!*
*Đấng tôn quý, kho tàng của lòng nhân từ, xin làm nơi
     nương tựa (quy y) của con!*
Đức Chenrézi cao quý nhất, con khẩn cầu Ngài.
Từ đại dương sinh tử bao la,
*Đức Chenrézi, xin dẫn dắt con trong khi vượt tới bờ
     kia.*
Khi con bị vô minh và lầm lạc ngăn che,
Đức Chenrézi, xin là ngọn đèn chói lọi.

172

Khi con bừng bừng sân hận đối với kẻ thù,
Đức Chenrézi, xin làm một dòng suối an tịnh.
Khi con là xoáy nước hấp dẫn nồng nhiệt đối với những
*   người thân cận con*
Đức Chenrézi, xin giúp con hiểu được bản tánh của sự
*   sống.*
Khi con mệt nhoài bởi trói buộc của việc bám chấp vào
*   của cải,*
Đức Chenrézi, xin là người quản gia của sự nhàm chán.
Khi thân xác tứ đại này trở nên bệnh hoạn,
Đức Chenrézi, xin là bậc y vương.
Khi nỗi khủng khiếp và hãi sợ của cái chết xuất hiện,
Đức Chenrézi, xin an ủi con bằng cách cho con thấy
*   dung nhan Ngài.*
Khi con lang thang cô độc trên con đường bardo khúc
*   khuỷu,*
Đức Chenrézi, xin là bạn đồng hành tôn kính của con.
Vào giờ chết con phải ra đi một mình, bỏ lại bằng hữu
*   và gia đình,*
Đức Chenrézi, xin dẫn dắt con tới những cõi thuần
*   tịnh (Sukhavati).*
Khi con đau đớn trong thai tạng,
Đức Chenrézi, xin dựng một chiếc lều ánh sáng.
Khi con mang thân xác của một đứa trẻ dốt nát,
Đức Chenrézi, xin là người dẫn đường và bằng hữu
*   tâm linh của con.*
Khi con cầu nguyện và thiền định,
Đức Chenrézi, xin là guru gốc trên đầu con.
Khi con thiền định,
Đức Chenrézi, xin là vị heruka trên bông sen trắng
*   trong trái tim con.*
Khi những chướng ngại và khó khăn xảy ra ở ngoài và
*   trong,*

Đức Chenrézi, xin là vị Hộ Pháp an bình của con.
Khi con chịu đói và khát,
Đức Chenrézi, xin ban cho con thành tựu mà con mong
  muốn.
Và cuối cuộc đời, cái chết là điều chắc chắn,
Đức Chenrézi, xin báo trước số phận của con.
Trong lúc trì tụng rõ ràng thần chú Sáu Âm,
Đức Chenrézi, xin nhìn xuống với lòng bi mẫn.
Cầu mong con đạt được Phật địa siêu việt
Nhờ công đức của lời cầu nguyện này và sự ban phước
  của Đức Chenrézi.

Đây là một bài nguyện cốt tủy được rút ra từ tác phẩm của Pháp vương Songtsen Gampo.

Pagpa chenrézi wang tukjé ter

Kordang chepa dagla gongsu sol

Da dang pama rigdruk semchen nam

Nyur du korwé dzo lé dreltu sol

Kyewa didang tserab tamché du

Drowé gonpo chenrézi wang gi

Ma nor lamzang ngonsum tené kyang

Nyur du sangyé sala shagtu sol

Kho tàng của lòng bi mẫn mãnh liệt,
Đức Chenrézi cao quý, xin nhớ tưởng tới con
Con khẩn cầu Ngài dẫn dắt tất cả chúng sinh trong
  sáu cõi,
Những bậc cha mẹ của con và bản thân con, mau chóng
  vượt qua đại dương sinh tử,
Trong đời này và mọi cuộc đời chúng con.

*Được chỉ dạy trong con đường cao quý không thể sai
   lạc*
*Nhờ năng lực của Đức Chenrézi, vị cứu tinh của chúng
   sinh,*
*Cầu mong con mau chóng đạt được trạng thái Phật
   Quả.*

Trích **"Tuyển Tập các Thực Hành"**,
dịch từ nguyên bản **"Collection of Practices"**
của Nhóm phiên dịch Padmakara Translation Group

NHỮNG LỢI ÍCH CỦA VIỆC TRÌ TỤNG THẦN CHÚ OM MANI PADME HUM

Lạt-ma Thubten Zopa Rinpoche

Những lợi ích của việc trì tụng thần chú Đức Phật Bi Mẫn thật là vô biên, giống như bầu trời bao la vô hạn.

Cho dù bạn không hiểu biết nhiều về Pháp, cho dù điều duy nhất bạn biết là *Om Mani Padme Hum*, thì cuộc đời hạnh phúc nhất vẫn là cuộc đời được sống với một thái độ giải thoát khỏi tám mối bận tâm thế tục. Nếu bạn sống cuộc đời mình với thái độ trong sạch, thoát khỏi sự tham luyến với cuộc đời này và chỉ đơn thuần trải đời mình trong việc trì tụng *Om Mani Padme Hum* - thần chú Sáu Âm này là tinh tuý của toàn bộ Giáo Pháp - thì đó là Pháp thanh tịnh nhất.

Việc trì tụng có vẻ như rất đơn giản, rất dễ dàng. Nhưng nếu bạn nghĩ tưởng về những lợi lạc, thì điều đó không hoàn toàn đơn giản chút nào. Ở đây, tôi chỉ đề cập tới cốt lõi của những lợi lạc vô biên đó.

Trì tụng thần chú của Đức Phật Bi Mẫn dù chỉ một lần, sẽ hoàn toàn tịnh hóa sự phá vỡ bốn giới nguyện gốc của Biệt Giải thoát và năm nghiệp ác vô gián.[1]

Trong các tantra cũng đề cập rằng, nhờ trì tụng thần chú này, bạn sẽ thành tựu bốn phẩm tính để được sinh vào cõi Tịnh độ của Đức Phật A-di-đà và những cõi Tịnh độ khác;

---

[1] Đây là những nghiệp ác rất nặng (còn gọi là Ngũ nghịch tội hay Ngũ vô gián tội), dẫn đến sự chín mùi tức thì, thành một tái sinh trong cõi địa ngục ngay khi nghiệp đời này cạn kiệt. Năm nghiệp ác đó là: giết mẹ, giết cha, làm thân Phật chảy máu, giết A-la-hán và gây chia rẽ trong Tăng đoàn.

vào lúc chết được thấy Đức Phật và hào quang xuất hiện trên bầu trời; chư thiên cúng dường bạn; và không bao giờ bị tái sinh trong các cõi địa ngục, ngạ quỷ hay súc sinh. Bạn sẽ được tái sinh trong cõi Tịnh độ của Đức Phật hay như một hiện thể tái sinh tốt lành.

Nếu một người trì tụng mười chuỗi thần chú một ngày, thì khi người ấy bơi lội, dù trong sông, biển hay các ao hồ chứa nước, nước chạm vào thân người đó cũng sẽ được gia hộ.

Ta cũng được biết rằng, con cháu bảy đời của người đó sẽ không bị tái sinh trong các cõi thấp. Đó là nhờ năng lực của thần chú, thân thể được gia hộ bởi người trì tụng thần chú và quán tưởng thân họ trong sắc tướng của thân linh thánh như Đức Chenrezig (Quán Thế Âm). Vì thế, thân thể người ấy trở nên có năng lực rất mạnh mẽ, tràn đầy ân phước đến nỗi có ảnh hưởng đến tâm thức của những người thuộc bảy thế hệ sau họ, và kết quả là nếu người chịu ảnh hưởng ấy chết đi với một niệm tưởng bất thiện, họ vẫn không bị tái sinh trong một cõi thấp.

Vì thế, khi một người mỗi ngày từng trì tụng mười chuỗi *Om Mani Padme Hum* đi xuống sông hay biển, nước chạm vào thân người ấy được gia hộ, và rồi chất nước được gia hộ đó sẽ tịnh hóa hàng tỷ tỷ chúng sinh trong nước. Người này cứu giúp những sinh vật trong nước đó thoát khỏi nỗi khổ không thể tưởng tượng nổi nơi các cõi thấp. Việc ấy thật lợi lạc đến mức khó tin.

Khi một người như thế đi trên đường, cơn gió chạm vào thân người ấy và sau đó tiếp tục chạm vào những côn trùng giúp cho nghiệp xấu của chúng được tịnh hóa, và nhờ đó chúng có một tái sinh tốt đẹp.

Tương tự, khi người trì chú như thế xúc chạm vào thân thể người khác, nghiệp xấu của những người đó cũng được tịnh hóa.

Một người như thế thật đáng chiêm ngưỡng; việc nhìn ngắm và xúc chạm trở thành một phương tiện để giải thoát chúng sinh. Điều này có nghĩa là, thậm chí hơi thở của người đó chạm vào thân của chúng sinh khác cũng tịnh hóa nghiệp xấu ác của họ. Bất kỳ ai được uống nước mà người trì chú như thế từng bơi lội trong đó, cũng được tịnh hóa.

Chúng ta có may mắn lạ lùng là đã gặp được Pháp và có cơ hội để trì tụng và thiền định về Đức Phật Bi Mẫn. Đó là một phương pháp dễ dàng để tịnh hóa bất kỳ nghiệp xấu ác nào mà ta từng tích tập, không chỉ trong đời này mà còn trong nhiều đời trước nữa.

Bởi chúng ta từng gặp được Phật Pháp và đặc biệt là phương pháp này - sự thực hành Đức Phật Bi Mẫn và trì tụng thần chú của Ngài - nên việc tịnh hóa nghiệp xấu ác và tích tập công đức rộng lớn, và do đó thành tựu Giác ngộ trở nên thật dễ dàng. Chúng ta thật may mắn không ngờ.

Vì thế, không có gì dại dột hơn là không tận dụng sự thuận lợi của cơ hội vĩ đại này. Thông thường, chúng ta liên tục xao lãng và phí phạm cuộc đời mình. Không chỉ có thế, mọi hành vi được làm với sự chấp ngã và tâm thức nhiễm ô ba độc tham, sân và si tạo nên nghiệp xấu ác, là nguyên nhân của đau khổ. Trong cả cuộc đời, không còn gì ngu xuẩn hơn việc sử dụng thân người toàn hảo này chỉ để tạo nên đau khổ.

Ở những nơi như Tây Tạng, Nepal, Ấn Độ và Ladakh, đã có một truyền thống tốt đẹp lâu đời là thực hiện khóa nhập thất Đức Phật Bi Mẫn và trì tụng 100 triệu thần chú *Om Mani Padme Hum*. Khóa nhập thất được tổ chức ở Viện Chenrezig là kỳ nhập thất như thế lần đầu tiên được tiến hành ở Tây phương và khoá nhập thất đầu tiên trong tổ chức FPMT (Hội Bảo tồn Truyền thống Đại thừa). Việc này xảy ra ở đó mỗi năm một lần - mỗi năm chỉ một lần!

Nếu bạn mang mặc cảm tội lỗi trong đời mình, bạn có thể vượt qua điều đó nhờ vào sự tịnh hoá khi tham dự khóa nhập thất này.

Khóa nhập thất không chỉ trì tụng các thần chú với các *sadhana*, mà cũng bao gồm cả việc thọ trì Bát quan trai giới, nếu không được hằng ngày thì ít nhất cũng là thường xuyên. Bất kỳ công đức nào mà bạn tích tập trong ngày đó sẽ tăng trưởng gấp 100.000 lần. Việc này trở nên một phương pháp dễ dàng và nhanh chóng để tịnh hóa, tích tập công đức bao la, thành tựu Giác ngộ và giải thoát chúng sinh khỏi nỗi khổ không thể tưởng tượng nổi và mau chóng đưa họ tới sự Giác ngộ.

Bất kỳ ai được tham dự một kỳ nhập thất mani (Thần chú Sáu Âm), đều là điều may mắn khó tin. Cho dù bạn không thể tham dự toàn bộ khóa nhập thất, bạn cũng có thể tham dự hai tháng, một tháng hay ít nhất là vài tuần. Thậm chí bạn có thể chỉ nhập thất một tuần. Tôi đặc biệt hy vọng rằng khóa nhập thất này sẽ được tổ chức tại Mông Cổ, bởi thực phẩm chính của họ là thịt và quá nhiều thú vật bị giết mỗi ngày ở đó. Thực hành này giúp tịnh hóa điều đó. Sau khi các ngôi chùa của chúng tôi ở Mông Cổ được xây dựng xong, tôi hy vọng rằng hàng ngàn người sẽ tham dự các kỳ nhập thất mani tại đó. Dần dần, tôi mong muốn khóa nhập thất này cũng được tổ chức ở nhiều nơi khác tại phương Tây.

Khoá nhập thất này cũng gia hộ cho quốc gia nơi nó được tổ chức và đem lại rất nhiều sự an lạc, hạnh phúc và thịnh vượng.

Cho dù bạn hiểu biết giáo lý về cách thiền định tâm Bồ-đề, bạn vẫn cần thọ nhận những sự gia hộ đặc biệt của vị Bổn Tôn, Đức Phật Bi mẫn. Bạn nhận những gia hộ này bằng cách thực hiện thiền định và trì tụng trong thực hành của chúng ta tại khóa nhập thất *mani*. Như thế, việc trì tụng *Om*

Mani Padme Hum là một phương pháp thể nhập tâm Bồ-đề - để chuyển hóa tâm bạn thành tâm Bồ-đề và làm cho việc thiền định về tâm Bồ-đề được hiệu quả.

Nói chung, theo kinh nghiệm của tôi, ở trụ xứ của tôi nơi Solu Khumbu trong rặng Hymalayas tại Nepal, có những người dành trọn cuộc đời cho việc trì tụng *Om Mani Padme Hum* nhưng không có chút ý niệm gì về ba điểm tinh yếu trên đường tu tập - xả ly, tâm Bồ-đề và nhận thức đúng thật về tánh Không - dù chỉ là tên gọi. Mặc dù họ không biết đọc và thậm chí không biết đến bảng chữ cái, họ có một lòng sùng mộ vĩ đại đối với lòng bi mẫn cũng như tâm Bồ-đề và sống trọn đời họ trong việc trì tụng *Om Mani Padme Hum*. Những người như thế có một trái tim nồng nhiệt, hết sức thiện tâm, vô cùng bi mẫn. Đây là một bằng chứng từ kinh nghiệm của tôi, rằng việc trì chú có công năng chuyển hóa tâm thức thành một trái tim tốt lành và bi mẫn.

Không có tâm Bồ-đề, bạn không thể đem lại hạnh phúc cho tất cả chúng sinh. Bạn không thể thực hiện những công việc toàn hảo cho tất cả chúng sinh, và bạn không thể thành tựu những phẩm tính toàn thiện về những sự chứng ngộ và tịch diệt, ngay cả cho chính bản thân bạn.

Vì thế, mọi người đều sẽ rất được hoan nghênh khi tham dự khóa nhập thất 100 triệu thần chú *Om Mani Padme Hum*.

Nguyên tác: **"The Benefits of Chanting Om Mani Padme Hum"** của **Lama Zopa Rinpoche**

http://www.lamayeshe.com/index.php?sect=article&id=439

NHỮNG LỜI KHUYÊN KHẨN THIẾT

Lama Lodu Rinpoche

Giáo lý sau đây được ban ra để trả lời một câu hỏi gồm hai phần, được nêu lên trong chuyến viếng thăm của Lạt-ma Lodu tại Taos, New Mexico.

Hỏi: Làm thế nào một người không có vị Thầy tâm linh có thể sống trong thế giới và thực hành tâm linh một cách thiện xảo, và làm cách nào những người đã đi theo con đường tu tập có thể sống và làm việc trong một thế giới nơi những người khác không chia sẻ con đường tu tập đó?

Đáp: Những người không có vị dẫn đạo tâm linh và được thúc đẩy bởi một khao khát mãnh liệt, có thể tự mình thực hành cho tới khi tìm thấy một vị dẫn đạo tâm linh tốt lành. Những ai có ý hướng làm những điều thiện lành, thì sớm hay muộn cũng sẽ gặp một vị Thầy đầy đủ phẩm tính.

Với động lực để làm những điều lợi lạc và đi theo con đường tâm linh, nhờ tâm từ bi, thân, ngữ và tâm ta có thể được sử dụng để phát triển thái độ chân chánh và các hành động đúng đắn (chánh hạnh). Ta cũng nên được thúc đẩy để phát triển ước muốn kiên định, mong ước tất cả chúng sinh đều kinh nghiệm hạnh phúc và thoát khỏi đau khổ. Kết quả là thân, ngữ và tâm ta sẽ trở thành sự hiển lộ của lòng bi mẫn. Đây là một thực hành tâm linh chuẩn bị căn bản mà ta có thể tự tu học không có sự trợ giúp của một vị dẫn đạo tâm linh.

Là Phật tử, chúng ta tin rằng, ta không nên làm điều gì gây tổn hại cho người khác. Vì thế bạn nên luôn luôn tự mình làm một gương mẫu. Nếu có ai nói với bạn một cách tích cực, bạn cảm thấy hạnh phúc; vì thế, bạn nên nói với những người khác bằng cách tương tự, để họ cũng có thể có hạnh phúc. Khi bạn tiếp xúc với một người không qua ngôn từ, chỉ hoàn toàn được thúc đẩy bởi năng lượng của tâm từ bi, bạn cảm thấy sảng khoái, an lạc hơn. Về phần mình, bạn cũng nên nuôi dưỡng tâm từ bi như thế càng nhiều càng tốt, và sau đó hãy vận dụng khuynh hướng của thân, ngữ và tâm như vậy với tất cả những người bạn gặp.

Vì thế, đây là lời khuyên của tôi cho những người không có một vị dẫn đạo tâm linh: Bạn không nhất thiết phải ngồi xuống, thiền định đúng bài bản và thực hành quán tưởng. Việc biểu lộ tâm từ bi có thể được thực hiện ở bất kỳ nơi đâu. Bạn luôn luôn có cơ hội để vận dụng tâm từ bi với người khác cũng như sử dụng thân, ngữ và tâm bạn trong chánh hạnh. Khuynh hướng này rất mạnh mẽ và là thực hành tâm linh chuẩn bị toàn hảo. Sớm hay muộn, nhờ sức mạnh của động cơ tích cực, rồi bạn sẽ gặp vị dẫn đạo tâm linh đúng đắn, và cánh cửa sẽ mở ra cho con đường tâm linh.

Trong trường hợp thứ hai, bạn đã có thực hành tâm linh, và bạn bị xao lãng bởi những mối bận tâm thế tục. Điều quan trọng là bạn phải đi theo thiện tri thức, vị Thầy và không liên tục tìm học nơi này nơi khác. Hãy lưu lại với một vị dẫn đạo tâm linh, người mà bạn thực sự cảm thấy là chân chính, và đừng cố thay đổi các vị Thầy cho tới khi bạn có được sự thấu suốt chân thật trong tâm.

Hạnh nguyện Bồ Tát là rất quan trọng; không có nó, bạn không thể tu tập Kim Cương thừa và Đại thừa. Khi tâm bạn hoàn toàn được thúc đẩy bởi hạnh nguyện thuần tịnh này, thì thân, ngữ và tâm bạn sẽ hướng thiện một cách tự nhiên. Theo cách nhìn của Đại thừa và Kim Cương thừa, cho dù bạn không thể ngồi yên trên tọa cụ trước bàn thờ vì bạn có con cái, vì công việc, và vì đủ thứ rối rắm trong thế gian, bạn vẫn có thể tu tập.

Bạn phải có được sự khuyên dạy chân chính từ vị Thầy của bạn, và phải có niềm tin nơi ngài và Giáo Pháp. Khi đó, mọi hoạt động của bạn trong thế gian sẽ hiến tặng một cơ hội tương tự để đạt được Giác ngộ như những gì bạn có thể đạt được trên tọa cụ.

Hỏi: *Xin ngài giải thích làm cách nào thực hiện được điều đó?*

Đáp: Để có được những hướng dẫn trong các tình huống như thế, chúng ta có thể hướng về Machig Labdron, một trong những Đạo sư Tây Tạng vĩ đại, người sáng lập thực hành Chod. Bà là một yogi và vị Thầy có thành tựu cực kỳ lớn lao. Mặc dù hầu hết giáo lý đạo Phật chỉ được truyền từ Ấn Độ sang Tây Tạng, riêng giáo lý của bà lại từ Tây Tạng truyền về Ấn Độ. Bà có một số lời khuyên dạy tuyệt vời về chủ đề này, mà theo tôi có vẻ như đầy đủ, phong phú và đơn giản.

Bà nhắc nhở chúng ta rằng, đời người chúng ta xen lẫn hạnh phúc và đau khổ. Trong chốc lát chúng ta thật hạnh phúc, nhưng điều đó không kéo dài; chúng ta bám luyến vào hạnh phúc đó và thình lình nó trở thành đau khổ, thật khó thoát ra. Đôi khi ta lại có chút hạnh phúc ngắn ngủi, nhưng điều này tạo thêm sự dính mắc và bám luyến, và như thế ta càng thêm đau khổ. Đây là kinh nghiệm chung của tất cả chúng sinh, nhưng loài người cảm nhận điều đó nhạy bén hơn.

Vì thế, ngài Machig Labdron dạy rằng: Đừng lo lắng. Nếu bạn đang đau khổ, đó là bạn có một cơ hội tuyệt vời để thực hành. Hãy nhớ: "Nếu tôi hạnh phúc, tôi ước muốn tất cả chúng sinh không loại trừ ai, đều được hưởng hạnh phúc thật dễ chịu mà tôi được trải nghiệm này. Cầu mong mọi người đều kinh nghiệm hạnh phúc này giống như tôi đã kinh nghiệm." Theo cách này hạnh phúc trở thành sự tịnh hóa, thực hành thực sự, và công đức được tích tập. Kế đó: "Nếu thân hay tâm tôi đau đớn, cầu mong cùng với nỗi khổ của tôi, tôi nhận lấy nỗi khổ của tất cả chúng sinh không loại trừ ai." Vì thế nỗi khổ của chúng ta cũng trở nên hữu ích như pháp tịnh hóa và mang lại cho ta một cảm thức sâu xa hơn về Bồ Tát hạnh. Phương pháp này rất ích lợi cho những người không có thời gian để chính thức tu tập trong một thế giới đầy trách nhiệm và những rối rắm.

Ví như một người trải qua nhiều năm thực hành ngồi yên và đếm chuỗi trì niệm nhiều biến thần chú, và một người khác có thể thực hành sống giữa thế gian với phương pháp mà tôi vừa đề cập. Người thứ hai có thể đạt được giác ngộ sớm hơn, bởi họ ứng xử với đời sống hằng ngày như một thực hành tâm linh, chuyển hóa mọi hoàn cảnh thế gian thành các hiện tượng tâm linh. Người ngồi ở nhà suốt ngày có thể không thực hành đúng đắn; họ có thể rơi vào những mộng tưởng hão huyền, bị xao lãng và không thể thành tựu sự chứng ngộ.

Chúng ta luôn luôn có những cơ hội để tỉnh thức. Khi chúng ta hoàn thành trách nhiệm đối với gia đình, tình thương yêu của ta đối với những người thân vẫn mạnh mẽ bất chấp mọi vấn đề. Nếu ta nghĩ đến tất cả chúng sinh cũng giống như gia đình ta, thì một ngày nào đó ta sẽ có thể phụng sự tất cả chúng sinh theo cách giống như vậy. Ví dụ như, tại sở làm có một người bất hòa với bạn, do nghiệp lực thúc đẩy. Bằng cách nhận trách nhiệm về chuyện bất hòa, bạn nhận về chính mình nỗi khổ này; bạn tịnh hóa nó, và nguyên nhân của nỗi khổ được giải trừ.

Thay vì làm như thế, nếu bạn tiếp tục tranh cãi một cách

hung hăng hơn, bạn sẽ tạo thêm đau đớn và khổ sở. Vì thế điều rất quan trọng là nhận về mình nỗi khổ của chúng sinh. Khi bạn làm điều này, tính ích kỷ của bạn sẽ suy yếu đi và bạn sẽ buông xả chấp ngã được nhiều hơn.

Như thế những người không có thời giờ thực hành nên ghi nhớ những lời dạy của ngài Machig Labdron, và cố gắng suy nghĩ về ý nghĩa trọn vẹn và phong phú của giáo lý ấy khi trải qua cuộc sống hàng ngày. Dứt khoát là bạn phải tỉnh giác, phải tự nhắc nhở mình từ sáng cho tới tối về những nội quán sâu xa này, và bạn phải vận dụng ý nghĩa của chúng mỗi ngày. Cũng phải nhớ rằng, bận rộn không phải là một lý do. Điều này đặc biệt đúng trong truyền thống Đại thừa. Ngay cả trong Kim Cương thừa, bạn nghĩ về chính bản thân mình như là vị Bổn Tôn của sự nhập môn, bất kỳ âm thanh nào bạn nghe cũng đều là âm thanh thần chú, mọi chúng sinh đều là tập hội các Bổn Tôn. Và cho dù vậy, tất cả những gì bạn thấy nghe đều không có tự tánh hiện hữu tự tồn. Đúng hơn, đó là sự hiển lộ của Pháp Thân, sự hiển lộ của tánh Không sâu thẳm.

Nếu bạn có thể vận dụng tâm bạn theo cách này mỗi ngày, thì công việc bạn làm, sự chăm sóc gia đình - tất cả đều trở thành thực hành tu tập của bạn, và bạn sẽ tiến bộ trong từng giây phút. Nhưng đôi khi các bất ổn của ta xuất phát từ sự lười biếng, thiếu tự tin và chân thành, không đủ đức tin, và chần chừ do dự. Ta nghĩ rằng, thực hành tu tập hằng ngày là điều tốt lành cần làm, nhưng chưa phải hôm nay. Thình lình, một điều gì đó quan trọng xảy ra và chúng ta sẵn sàng dấn mình kịch liệt vào thực hành tu tập; chỉ khi đó ta mới có được một cách nhìn về tâm linh. Thay vì chờ đợi một cơ hội như thế, ta nên luôn luôn hiến dâng tất cả hạnh phúc cho người khác và vận dụng mọi đau khổ của chính mình để nhận lấy đau khổ của tất cả chúng sinh.

Hãy nhớ kỹ khi nhìn từ quan điểm của Kim Cương thừa: Mọi hình tướng đều bất khả phân với hình tướng của các Bổn Tôn, mọi âm thanh đều bất khả phân với thần chú; nhưng mọi hình tướng và âm thanh đều không có sự hiện hữu tự tồn, chỉ là một sự hiển lộ của tánh Không. Đó là cách thức thực hành Kim Cương thừa.

Nguyên tác: **"Instant Advice"**
của **Lama Lodu Rinpoche**

http://www.directcon.net/thubten/instant_advice.htm

PHỤ CHÚ:

Lạt-ma Lodu Rinpoche an trụ tại Kagyu Droden Kunchab, một trung tâm Giáo Pháp để thực hành Phật Giáo Đại thừa và Kim Cương thừa, có trụ sở ở 1892 Đường Fell (gần Clayton) San Francisco, CA 94117.

Lạt-ma từng giám sát công việc dịch thuật nhiều bản văn thực hành nghi quỹ (*sadhana*) và đã biên soạn nhiều quyển sách: Bardo Teachings (*Giáo lý Bardo*, có thể mua được qua Nhà Xuất bản Snow Lion), The Quintessence of the Animate and Inanimate (*Tinh túy của Giác tri và Vô tri*), Attaining Enlightenment (*Thành tựu Giác ngộ*), Maintaining the Bodhisattva (*Trì giữ Giới nguyện Bồ Tát*), và Homage to Kalu Rinpoche (*Kính lễ Kalu Rinpoche*, có thể tìm được ở Nhà Xuất bản KDK).

LỜI KHUYÊN MỘT HÀNH GIẢ SẮP CHẾT

Dodrupchen Jikmé Tenpé Nyima

Bạn cần thực hiện các chuẩn bị trước khi cái chết đến với bạn. Có nhiều khía cạnh trong vấn đề này, nhưng ở đây tôi sẽ không đi quá sâu vào chi tiết. Một cách ngắn gọn, dưới đây là những điều bạn nên làm khi đến gần với cái chết.

Hãy liên tục suy nghĩ về điều này: "Cho dù cái chết tới sớm hay muộn, rốt cuộc thì cũng chẳng có chọn lựa nào khác ngoài việc phải từ bỏ thân thể này và toàn bộ tài sản của tôi. Đây chính là tình cảnh của tất cả mọi người."

Hãy suy nghĩ thông suốt những điều này, hoàn toàn cắt đứt những trói buộc của sự tham muốn và bám luyến. Hãy sám hối mọi hành vi gây tổn hại bạn đã phạm vào trong đời này và tất cả những đời khác của bạn, cũng như bất kỳ sự thối thất hay phá vỡ giới nguyện nào, có thể bạn đã từng vi phạm, dù cố ý hay không, và hãy lặp lại những cam kết rằng, trong tương lai bạn sẽ không bao giờ hành động như thế.

Đừng cảm thấy lo âu hay sợ hãi về cái chết. Thay vào đó, hãy cố gắng phấn chấn tinh thần và nuôi dưỡng một cảm thức hỷ lạc trong sáng, nhớ lại mọi điều tốt đẹp, hiền thiện bạn từng làm trong quá khứ. Không có chút kiêu hãnh hay tự phụ nào, hãy thường xuyên tán thán những thành tựu của bạn. Hãy hồi hướng mọi công đức và lặp lại những lời nguyện thiết tha, để trong mọi đời sau bạn có thể nhập tâm con đường viên mãn của tối thượng thừa, với sự dẫn dắt của một thiện tri thức đức hạnh, và với những phẩm tính như đức tin, tinh tấn, trí tuệ, tận tâm - nói cách khác, mọi hoàn cảnh toàn hảo nhất, ở bên ngoài lẫn bên trong. Cũng hãy cầu nguyện rằng bạn sẽ không bao giờ chịu sự chi phối của những bằng hữu xấu xa hay những cảm xúc tiêu cực.

Các bản Luật giải thích rằng, một trong những nguyên nhân chính để ta có một hình thức tái sinh siêu việt, chẳng hạn như sống một cuộc đời giới hạnh vào thời có Đức Phật hiện diện, là lập những lời khẩn cầu và ước nguyện vào lúc chết. Đây là lý do tại sao người ta nói rằng 'bất kỳ điều gì gần gũi nhất và quen thuộc nhất' sẽ có năng lực hết sức to lớn.[1]

Mọi ước nguyện bạn đã lập, cần được thúc đẩy thêm nữa bằng cách lập những cam kết kiên quyết như: "Trong mọi kiếp sống của tôi, tôi *sẽ* làm mọi sự có thể để tu hành trên con đường tánh Không mà cốt tủy của nó là lòng bi mẫn!" Để hiểu được tầm quan trọng của điều này, hãy suy xét về hiệu quả mạnh mẽ hơn như thế nào giữa việc tự nhủ một cách chắc chắn: "Tôi *sẽ* thức dậy sớm vào buổi sáng!" với một ý muốn đơn thuần: "Mong là tôi sẽ thức dậy sớm."

Để thành tựu dễ dàng hơn nữa mọi lời nguyện bạn đã lập, hay những ý định đã hình thành, sẽ vô cùng lợi lạc nếu bạn nương tựa một hiện thân của năng lực tâm linh. Vì thế hãy ghi khắc trong tâm bậc mà bạn có lòng sùng mộ lớn lao nhất, hay bậc mà bạn cảm thấy có mối liên hệ sâu xa nhất qua việc thực hành của bạn, dù đó là Đạo sư vĩ đại và vinh quang xứ Oddiyana, Guru Rinpoche (Đức Liên Hoa Sanh), hay Đấng Cao quý Avalokiteshvara (Đức Quán Thế Âm), Pháp Vương của Thế giới, và với sự xác tín rằng, vị ấy là hiện thân của mọi nguồn mạch quý báu của sự quy y, hãy nhất tâm cầu nguyện để thành tựu những nguyện ước của bạn.

Khi giờ chết thực sự tới, tâm ta khó có thể thâu thập đủ sức mạnh để thiền định về một điều gì mới mẻ hay không quen thuộc, đó là lý do tại sao trước đó bạn phải chọn lựa một thiền định thích hợp và tu tập cho tới khi bạn quen thuộc với nó. Khi đó, lúc bạn qua đời, bạn nên hiến dâng tư tưởng của

---

[1] Nói cách khác, những tư tưởng khởi lên vào lúc gần với cái chết nhất (cận tử nghiệp) và những tư tưởng ta từng phát triển quen thuộc nhất trong đời, sẽ có ảnh hưởng mạnh mẽ nhất trong việc quyết định việc tái sinh.

bạn cho việc thiền định càng nhiều càng tốt, dù đó là nhớ tưởng Đức Phật, tập trung vào cảm xúc bi mẫn, nuôi dưỡng thị kiến về tánh Không, hay nhớ tới Pháp hoặc Tăng Đoàn. Để điều này xảy ra một cách mỹ mãn, điều cũng quan trọng là trước đó bạn phải tập suy nghĩ: "Từ giờ trở đi, khi tôi trải qua thời khắc quyết định này của cái chết, tôi sẽ không để cho bất kỳ tư tưởng xấu ác nào xâm nhập tâm tôi."

Các bậc Thánh trong quá khứ có dạy rằng: "Thiện hạnh được làm trong một ngày duy nhất với tâm thức trong sạch thì tốt hơn là làm vô khối thiện hạnh với một tâm thức tăm tối và vẫn đục." Theo như lời dạy này, nếu trước khi thực hành tất cả những điều nói trên, bạn đã nỗ lực hết sức để phát triển một cảm thức hứng khởi và hoan hỷ, thì việc thực hành của bạn sẽ còn hiệu quả nhiều hơn nữa.

Mặc dù những người như tôi khó có thể làm lợi lạc cho người khác, tôi sẽ trì tụng những bài kệ quy y và cầu nguyện trong mọi đời sau bạn có thể đi theo giáo lý Đại thừa.

Do một kẻ được gọi là Vô úy (Jikmé) biên soạn.

Nguyên tác: **"Advice for a Dying Practitioner"** của **Dodrupchen Jikmé Tenpé Nyima (Dodrupchen Đệ Tam 1865-1926)**

Adam Pearcey dịch từ Tạng ngữ sang Anh ngữ, 2006. Xin hồi hướng công đức cho Ian Maxwell.

http://www.lotsawahouse.org/dyingadvice.html

TIẾN VÀO CUNG THÀNH TOÀN TRÍ
Lời Nguyện Ước Thể nhập Chân Ngữ

Rigdzin Jikmé Lingpa

Con kính lễ nguồn mạch của đại dương các thành tựu:
các Đạo sư, Tam Bảo và chư vị Bồ Tát.
Con quy y (nương tựa) các ngài.
Xin khẩn cầu các ngài gia hộ!

Trong mọi đời sau của con, cầu xin con có được sự tái sinh làm người quý báu, đầy đủ mười tám điều tự do và thuận lợi, và cầu mong con trở thành đệ tử của một bậc Thầy đích thực!

Khi điều phục tâm con qua sự học hỏi, quán chiếu và thiền định, nguồn mạch của những tái sinh ưu việt và thiện lành đích thực, cầu xin con nương theo giáo lý cao quý của Đức Phật!

Cầu xin sự xả ly, cội gốc của mọi thực hành Pháp, và bốn tư tưởng chuyển hóa tâm, phát khởi tự nhiên trong dòng tâm thức của con và cầu mong con thấy luân hồi sinh tử với mọi hoạt động vô tận của nó như một ngục tù hay hầm lửa!

Khi thâm tín tính chất không sai lạc của nghiệp, cầu xin con nỗ lực thực hiện ngay cả những thiện hạnh nhỏ bé nhất và tránh làm ngay cả những ác hạnh vi tế nhất!

Không làm mồi ngon cho những nghịch cảnh, những chốn phồn hoa náo nhiệt, những bằng hữu phóng dật, hay bất kỳ chướng ngại nào khác trên con đường dẫn tới Giác ngộ, cầu xin con nhận Tam Bảo làm nơi nương tựa và tu hành trên con đường tuần tự cho chúng sinh ba loại căn cơ!

Cầu xin con từ bỏ mọi nghi ngờ đối với Đạo sư, hiện thân của tất cả những Đấng Thiện Thệ, và không rơi vào tà kiến xem ngài như ngang hàng với con, cầu xin con thấy ngài như một vị Phật thực sự!

Theo cách này, cầu xin thân, ngữ và tâm con được thuần thục nhờ bốn quán đảnh và như thế cầu xin con dấn mình vào con đường Kim Cương thừa kỳ vĩ!

Nhờ phương tiện của lời cầu nguyện và lòng sùng mộ nhiệt thành, cầu xin con nhận được sự trao truyền trí tuệ của dòng truyền thừa và cầu mong chứng ngộ của con bao la như không gian!

Khi hoàn thiện các thực hành Mahayoga (Đại Du-già) của giai đoạn phát triển, cầu xin con đạt đến nhận thức toàn thể thế giới và chúng sinh là ba mạn-đà-la và vượt qua bốn cấp bậc của một Vidyadhara (Trì Minh Vương), giống như các Bồ Tát Padmasambhava và Vimalamitra!

Khi hoàn thiện thực hành Anuyoga, cầu xin mọi ý niệm sinh tử và Niết bàn được tịnh hóa vào trạng thái đại lạc và tánh Không bất khả phân và cầu xin con chứng nghiệm cõi thuần tịnh Akanishtha (Tối Thượng)!

Khi hoàn thiện thực hành Atiyoga (Tối thượng Du-già) của Dzogpachenpo (Đại Viên mãn), cầu xin mọi kinh nghiệm tan hòa vào phạm vi của thực tại nội tại và cầu xin con được giải thoát thành thân bình chứa thanh xuân, giống như Trì Minh Vương Garab Dorje!

Tóm lại, khi bắt đầu với việc tu hành công hạnh của chư vị Bồ Tát, cầu xin bất kỳ điều gì con làm sẽ không mang lại gì khác ngoài lợi lạc cho tất cả chúng sinh, là những bậc cha mẹ của chính con!

Trong bất kỳ tình huống hay hoàn cảnh nào, cầu mong con không bao giờ có mảy may ước muốn theo đuổi những lề thói thế tục trái nghịch với Pháp!

Dù đang phải chịu sự thống trị của nghiệp và những tập khí, khi một tư tưởng sai lầm xuất hiện với con, cầu mong nó hoàn toàn bất lực!

Vì lợi lạc của chúng sinh, cầu mong con vô úy và sẵn sàng

bố thí ngay cả thân thể của chính mình, giống như Thái tử Siddhartha (Tất-đạt-đa)![1]

Khi đã đạt được trạng thái thành tựu tự nhiên hạnh phúc của chính mình và mọi chúng sinh, cầu xin con khuấy động tận đáy đại dương ba cõi sinh tử bằng phương tiện của Thập lực (Mười sức mạnh)[2] và Tứ vô úy (Bốn đức không sợ sệt)![3]

Chư Phật và Bồ Tát đã từng thệ nguyện làm việc với mục đích thành tựu những lời nguyện khát khao vô ngã như những điều này.

Kính lễ các bậc Hiền Thánh tuyên thuyết Chân lý!

---

[1] Ở đây nhắc đến một tiền thân của đức Phật Thích-ca Mâu-ni (thái tử Siddhartha), cụ thể là khi ngài sinh làm Thái tử Mahasattva, đã bố thí chính thân thể mình cho một con cọp mẹ đang đói. Câu chuyện nổi tiếng này được kể lại trong Kinh Hiền Ngu.

[2] Thập lực: ở đây hàm ý đạt đến những thành tựu như một vị Phật, với Thập lực, cũng gọi là Mười trí lực (Thập trí lực) bao gồm: 1. Tri thị xứ phi xứ trí lực: Biết rõ tính khả thi và tính bất khả thi trong mọi trường hợp; 2. Tri tam thế nghiệp báo trí lực hay Nghiệp dị thục trí lực (業異熟智力): Biết rõ luật nhân quả, quả báo, tức là nghiệp nào tạo quả nào; 3. Tri nhất thiết sở đạo trí lực: Biết rõ nguyên nhân nào dẫn đến con đường tái sanh nào; 4. Tri chủng chủng giới trí lực: Biết rõ các thế giới với những yếu tố thành lập của nó; 5. Tri chủng chủng giải trí lực: Biết rõ căn tánh riêng biệt của mỗi chúng sanh; 6. Tri nhất thiết chúng sanh tâm tánh trí lực: Biết rõ căn cơ học đạo cao thấp của mọi chúng sanh; 7. Tri chư thiền giải thoát Tam-muội trí lực: Biết tất cả các cách thiền định; 8. Tri túc mệnh vô lậu trí lực: Biết rõ các tiền kiếp của chính mình; 9. Tri thiên nhãn vô ngại trí lực: Biết rõ sự hoại diệt và tái sanh của chúng sanh; 10. Tri vĩnh đoạn tập khí trí lực: Biết các pháp ô nhiễm sẽ chấm dứt như thế nào.

[3] Tương tự như trên, Tứ vô úy hay Tứ vô sở úy, cũng thuộc về phẩm tính của một vị Phật, bao gồm: 1. Nhất thiết trí vô sở úy; 2. Lậu tận vô sở úy; 3. Thuyết chướng đạo vô sở úy; 4. Thuyết tận khổ đạo vô sở úy. Hàng Bồ Tát cũng có Tứ vô úy nhưng khác biệt hơn, bao gồm: 1. Tổng trì bất vong thuyết pháp vô úy; 2. Tận tri pháp dược, cập tri chúng sanh căn dục tánh tâm, thuyết pháp vô úy; 3. Thiện năng vấn đáp, thuyết pháp vô úy; 4. Năng đoạn vật nghi, thuyết pháp vô úy.

OM DHARÉ DHARÉ BHANDHARÉ BHANDARÉ SVAHA

Cầu mong sức mạnh của đức hạnh tăng trưởng!
Cầu mong năng lực của nguyện ước phát triển!
Cầu mong điều xấu ác nhanh chóng được tịnh hóa!

**DZAYA DZAYA SIDDHI SIDDHI PHALA PHALAA A HA SHA
SA MAMAMA KO LING SAMANTA**

Sarva mangalam !

Rigdzin Jikmé Lingpa
biên soạn theo khẩn cầu
của Choden ở miền Đông Tây Tạng.

Nguyên tác: **"Entering the City of Omniscience"**
Adam Pearcey dịch sang Anh ngữ, 2005

http://www.lotsawahouse.org/city.html

Theo đề nghị của Lodi Gyari Rinpoche, 10.000 bản cầu nguyện này đã được in ra và phân phát miễn phí.

Chúng con hồi hướng công đức của việc ấn tống này cho sự trường thọ của tất cả những bậc Thầy vĩ đại thuộc mọi truyền thống, đặc biệt là Đức Đạt-lai Lạt-ma, và cho sự phát triển và hưng thịnh hoạt động giác ngộ của các ngài.

MỤC LỤC

Lời thưa

Trong kinh Pháp Cú, đức Phật dạy rằng: "Pháp thí thắng mọi thí." Thực hành Pháp thí là chia sẻ, truyền rộng lời Phật dạy đến với mọi người. Mỗi người Phật tử đều có thể tùy theo khả năng để thực hành Pháp thí bằng những cách thức như sau:

1. Cố gắng học hiểu và thực hành những lời Phật dạy. Tự mình học hiểu càng sâu rộng thì việc chia sẻ, bố thí Pháp càng có hiệu quả lớn lao hơn. Nên nhớ rằng **việc đọc sách còn quan trọng hơn cả việc mua sách.**

2. Phải trân quý kinh điển, sách vở in ấn lời Phật dạy. Khi có điều kiện thì mua, thỉnh về nhà để tự mình và người trong gia đình đều có điều kiện học hỏi làm theo. Không nên giữ làm của riêng mà phải sẵn lòng chia sẻ, truyền rộng, khuyến khích nhiều người khác cùng đọc và học theo. Không nên để kinh sách nằm yên đóng bụi trên kệ sách, vì **kinh sách không có người đọc thì không thể mang lại lợi ích.**

3. Tùy theo khả năng mà đóng góp tài vật, công sức để hỗ trợ cho những người làm công việc biên soạn, dịch thuật, in ấn, lưu hành kinh sách, **để ngày càng có thêm nhiều kinh sách quý được in ấn, lưu hành.**

Thông thường, việc chi tiêu một số tiền nhỏ không thể mang lại lợi ích lớn, nhưng nếu sử dụng vào việc giúp lưu hành kinh sách thì lợi ích sẽ lớn lao không thể suy lường. Đó là vì đã giúp cho nhiều người có thể hiểu và làm theo lời Phật dạy. Mong sao quý Phật tử khắp nơi đều lưu tâm đóng góp sức mình vào những việc như trên.

TINH YẾU THỰC HÀNH PHÁP THÍ

- *Mua thỉnh kinh sách về đọc, tự mình sẽ được rất nhiều lợi ích.*

- *Chia sẻ, truyền rộng bằng cách cho mượn, biếu tặng kinh sách đến nhiều người thì lợi ích ấy càng tăng thêm gấp nhiều lần.*

- *Đóng góp công sức, tài vật để hỗ trợ công việc biên soạn, dịch thuật, giảng giải, in ấn, lưu hành kinh sách thì công đức lớn lao không thể suy lường, vì có vô số người sẽ được lợi ích từ việc lưu hành kinh sách.*

www.ingramcontent.com/pod-product-compliance
Lightning Source LLC
Chambersburg PA
CBHW021958120726
47992CB00001B/317